ഗ്രീൻ ബുക്സ്

ദൈവത്തിന്റെ ചുംബനങ്ങൾ

ഖലീൽ ജിബ്രാൻ

ചിത്രകാരൻ, നോവലിസ്റ്റ്, കവി, തത്ത്വചിന്തകൻ.
1883ൽ ലെബനോനിലെ ബെഷേറ ഗ്രാമത്തിൽ ജനനം.
അറബിയിലും ഇംഗ്ലീഷിലുമായി
മുപ്പതിലധികം കൃതികൾ രചിച്ചിട്ടുണ്ട്.
ഇതര കൃതികൾ: പ്രവാചകൻ, ആദ്യാനുരാഗം,
നാസ്തികനായ ഖലീൽ, താഴ്വരയിലെ കന്യകകൾ,
കണ്ണീരും പുഞ്ചിരിയും, മണലും നുരയും,
ക്രിസ്തു മനുഷ്യപുത്രൻ.

1931 ഏപ്രിൽ 10ന് അന്തരിച്ചു.

ഡോ. മുഞ്ഞിനാട് പത്മകുമാർ
കവി, വിവർത്തകൻ, മാധ്യമപ്രവർത്തകൻ
മലയാള സാഹിത്യത്തിൽ ബിരുദാനന്തര ബിരുദം.
'Spiritual Awakening Under the Influence of Remana Maharshi'
എന്ന വിഷയത്തിൽ ഡോക്ടറേറ്റ് നേടിയിട്ടുണ്ട്.
കവിത, സംഗീതം, യാത്ര, ചരിത്രം, ബാലസാഹിത്യം,
വിമർശനം, തത്ത്വചിന്ത, വിവർത്തനം, അഭിമുഖം
എന്നീ മേഖലകളിലായി ഇരുപതിലധികം കൃതികൾ
പ്രസിദ്ധീകരിച്ചിട്ടുണ്ട്.
2009 ലെ ആശാൻ പുരസ്കാരത്തിന് അർഹനായി.
ഭാര്യ: മിനി എസ്. മകൾ: ദേവികൃഷ്ണ
വിലാസം: *'നീലാംബരി', ശ്രീവിലാസം നഗർ,*
വടക്കേവിള പി.ഒ., കൊല്ലം - 691 010

ദൈവത്തിന്റെ ചുംബനങ്ങൾ

ഖലീൽ ജിബ്രാൻ

വിവർത്തനം:

ഡോ. മുഞ്ഞിനാട് പത്മകുമാർ

ഗ്രീൻ ബുക്സ്

green books private limited
gb building, civil lane road, ayyanthole,
thrissur- 680 003, kerala, ph: +91 487-2381066, 2381039
website: www.greenbooksindia.com
e-mail: info@greenbooksindia.com

malayalam
daivathinte chumbanangal
love letters
by
khalil gibran

translated by
dr. munjinadu padmakumar

first published december 2010
reprinted june 2016

cover design : rajesh chalode

branches:
thrissur 0487-2422515
thiruvananthapuram 0471-2335301
calicut 0495 4854662

isbn : 978-93-80884-05-9

₹ 270.00
GBPL/355/2010/X003

മുഖക്കുറി

ഒരിടവേളയിൽ നിങ്ങളെന്നെ കാല്പനികനെന്നു വിളിച്ചു. അധിക്ഷേപത്തിന്റെ അപമാനഭാരമേറ്റ് ഞാൻ തല താഴ്ത്തി നടന്നു. പിന്നെ, “ഹാ, വിജിഗീഷു മൃത്യുവി ന്നാകുമോ ജീവിതത്തിന്റെ കൊടിപ്പടം താഴ്ത്തുവാൻ”, “എന്റെ കടിഞ്ഞൂൽ പ്രണയകഥയിലെ പെൺകൊടി നിന്നെയും തേടി ഞാൻ”, “ഞാനീ ജനലഴിപിടിച്ചൊട്ടു നില്ക്കട്ടെ, നീയെന്നണിയത്തുതന്നെ നില്പൂ”, എന്നി ങ്ങനെ നമ്മുടെ കവികൾ എഴുതാൻ തുടങ്ങിയപ്പോൾ ജീവിതത്തിന്റെ അഭൗമമായ താളവും സംഗീതവും മുഴ ങ്ങുവാൻ തുടങ്ങി. നമ്മുടെ പ്രശസ്തരായ എല്ലാ എഴു ത്തുകാരും പ്രണയത്തിന്റെ ഉണർത്തുപാട്ടുകാരായിരുന്നു. അതൊരു ജീവിത സത്യമാണെന്ന് വിമർശകർക്കുമുമ്പിൽ ഞാൻ തിരിച്ചറിഞ്ഞു. ഒരർത്ഥത്തിൽ അവരെല്ലാം ഖലീൽ ജിബ്രാന്റെ പിന്മുറക്കാരായിരുന്നു. അനാദിയായ പ്രണയം എന്ന ജീവിതവികാരത്തെ പത്തൊമ്പതാം നൂറ്റാണ്ടിലെ തന്റെ പ്രശസ്ത രചനകളിലൂടെ ശാശ്വതീ കരിക്കുകയാണ് ജിബ്രാൻ ചെയ്തത്. പ്രണയം കാമുകി യാണ്, പ്രകൃതിയാണ്, മാതാവാണ്, പ്രേയസിയാണ്, എല്ലാമാണ്. ചുംബിക്കുമ്പോൾ മാത്രം ദൈവം നമുക്ക് ചിറകുകൾ തരുമെന്ന് ഖലീൽ ജിബ്രാൻ എഴുതിയതും അതുകൊണ്ടുതന്നെയാണ്. ജീവിതത്തെ ചിറകിലേറ്റുന്ന വയാണ് ഇതിലെ ഓരോ വരികളും. ഈ കവിതകളുടെ അനുഭൂതിതലത്തിൽ ഒരു ധ്യാനം പോലെ അലിഞ്ഞി ല്ലാതാകുക.

കൃഷ്ണദാസ്
മാനേജിങ് എഡിറ്റർ

പ്രണയ ദിഗംബരം

ഡോ. മുഞ്ഞിനാട് പത്മകുമാർ

ഏകാന്തതകളിൽ ലെബനോൺ പർവതങ്ങളെ നോക്കിയിരിക്കുന്ന കൊച്ചുജിബ്രാനെ അവതരിപ്പിച്ചുകൊണ്ടാണ് പത്രപ്രവർത്തകയും ജിബ്രാന്റെ കാമുകിയുമായിരുന്ന ബാർബറാ യംഗ് ഖലീൽ ബിൻ ജിബ്രാന്റെ ജീവചരിത്രം സമാരംഭിക്കുന്നത്. പളുങ്കുനൂലുകളാൽ ദൈവം തുന്നിയെടുത്ത ഒരു സ്വപ്നം പോലെയായിരുന്നു ജിബ്രാൻ ജനിച്ചുവളർന്ന ബിസ്ഹാരി ഗ്രാമം. ബിസ്ഹാരിയിൽ നിന്നു നോക്കിയാൽ മേഘങ്ങളോടുരുമ്മി പ്രണയസല്ലാപം നടത്തുന്ന പർവതശൃംഗങ്ങളെ കാണാം. അതിനും മേലെ ഇന്ദ്രിയോന്മാദസുഗന്ധം പൊഴിക്കുന്ന നക്ഷത്രമുഖരിതമായ നീലരാവുകൾ. മേഘങ്ങൾ നെയ്യാമ്പലുമായി പർവതകാമനകളിൽ അഭിരമിക്കുന്നതും മുന്തിരിവള്ളികൾ ശൃംഗപൗരുഷങ്ങളിലേക്കു പടർന്നു കയറുന്നതും കുട്ടിക്കാലം മുതൽക്കേ കണ്ടുവളരാൻ ജിബ്രാനെ ദൈവം അനുവദിച്ചിരുന്നു. സ്വപ്നങ്ങളുടെ കുടമാറ്റങ്ങളെക്കുറിച്ച് ജിബ്രാൻ പിൽക്കാലത്ത് എഴുതി "ദൈവവും ഞാനും ആ നാളുകളിൽ കടുത്ത പോരാട്ടത്തിലായിരുന്നു. ഒടുവിൽ മുന്തിരിച്ചാറിൽ വീണ സ്വപ്നങ്ങളും നഗ്നതയിൽ ഉണർത്തിയെടുത്ത പ്രണയവും പാരിതോഷികങ്ങൾ പോലെ ദൈവം എനിക്കു നേരെ വച്ചുനീട്ടി. ഞാൻ ആത്മാവിന്റെ നഗ്നതയെ ഒരു രാവ് പെയ്തിറങ്ങും വരെ നക്കികുടിച്ചു. അതോടെ ദൈവം ഖജനാവിൽ സൂക്ഷിച്ചിരുന്ന സ്വപ്നങ്ങളെയെല്ലാം എനിക്കു പെറുക്കിത്തന്നു."

സ്വപ്നങ്ങളുടെ ഋതുഭേദങ്ങൾ ഭൂമിക്കു സമർപ്പിച്ച പാരിതോഷികമായിരുന്നു ഖലീൽ ബിൻ ജിബ്രാൻ. 1883-ൽ വടക്കൻ ലെബനോണിലെ ബിസ്ഹാരി ഗ്രാമത്തിലാണ് ജിബ്രാൻ ജനിച്ചത്. കുട്ടിക്കാലം മുതൽക്കേ ഏകാന്തതയോടു മല്ലിടാനായിരുന്നു ജിബ്രാന് താത്പര്യം. പർവത താഴ്വാരങ്ങളിൽ ഏകാകിയായി,

പ്രകൃതിയെ ഓർത്തോർത്ത് വിലപിച്ചുകൊണ്ടു നടക്കുന്ന ജിബ്രാനെ അതീവ ഹൃദ്യമായിട്ടാണ് ബാർബറാ യംഗ് അവതരിപ്പിക്കുന്നത്. ഏകാന്തതയെക്കുറിച്ച് എത്ര എഴുതിയാലും തീരാത്തത്ര നിർവചനങ്ങൾ ജിബ്രാൻ പല കാലങ്ങളിലായി കുറിച്ചുവച്ചിട്ടുണ്ട്. 'ദി ഗാർഡൻ ഓഫ് ദ പ്രോഫറ്റ്' (The Garden of the Prophet) എന്ന വിശുദ്ധ വചനപുസ്തകത്തിൽ ജിബ്രാൻ എഴുതി "എന്റെ പ്രിയപ്പെട്ടവളേ, ഞാൻ നിന്നെ ചുംബിക്കുമ്പോഴെല്ലാം ഭൂമിയിൽ നിന്നൊരു മുന്തിരിവള്ളി നമ്മുടെ ഹൃദയങ്ങളെ തഴുകി സ്വർഗ്ഗത്തിലേക്ക് ഒഴുകാറുണ്ട്. ഈ താഴ്‌വാരത്തിലെ പകലുകൾ നിന്നെ ഓർത്തു കിന്നരം മീട്ടുന്നു. രാവുകൾ തൂവൽ സദൃശമായ വിരലുകളാൽ നിന്നെ ആലിംഗനം ചെയ്യുന്നു. ഈ പ്രപഞ്ചത്തിലെ ഏക ഭാഗ്യവാനാണ് ഞാൻ. ദൈവം നിന്നോടു മാത്രമായി സല്ലപിക്കാൻ എനിക്കു നാവു തന്നിരിക്കുന്നു."

ഏകാന്തതയോടുള്ള കടുത്ത പ്രണയം ജിബ്രാനെ ഉന്മാദിയാക്കി മാറ്റി. ഈ കാലയളവിലാണ് ജിബ്രാനിൽ ചിത്രം വരയ്ക്കാനും കവിത എഴുതാനുമുള്ള സർഗ്ഗവിസ്മയമുണരുന്നത്. കവിതയോടും ചിത്രംവരയോടുമുള്ള അഭിനിവേശത്തെ മൗനത്തിന്റെ ഭയപ്പെടുത്തുന്ന മുദ്രകൾ കൊണ്ടാണ് ജിബ്രാൻ സ്വാഗതം ചെയ്തത്. കൊടുങ്കാറ്റുകളെയും മഞ്ഞു താഴ്‌വാരങ്ങളേയും ഒരുപോലെ സ്നേഹിച്ച ജിബ്രാന്റെ കടുത്ത മൗനം അമ്മ കാമിലയെ ഏറെ ഭയപ്പെടുത്തി. ജിബ്രാന്റെ ആപത്കരമായ ചിത്തവൃത്തികൾ കാമിലയെ ഏറെ പരിക്ഷീണിതയാക്കിയിരുന്നു.

മകനെ ജീവിതത്തിലേക്കു മടക്കിക്കൊണ്ടുവരാനുള്ള കാമിലയുടെ എല്ലാ ശ്രമങ്ങളും പരാജയപ്പെട്ടു. അവർ നിത്യമായ പ്രാർത്ഥനകളിൽ മാത്രമായി ഒതുങ്ങി. അവിചാരിതമായി കാമിലയുടെ മധുരാർദ്രമായ പ്രാർത്ഥനാലാപനം കേൾക്കാനിടവന്ന ജിബ്രാൻ അമ്മയിൽനിന്ന് സംഗീതം അഭ്യസിക്കാൻ അതിയായി ആഗ്രഹിച്ചു. 'എന്നിലേക്കു മടങ്ങിവരാനുള്ള ഇച്ഛ, അവനിലീ സ്വരമുകുളങ്ങൾ ഒരുക്കിക്കൊടുത്തു'വെന്ന് കാമില പിന്നീട് തുറന്നുപറഞ്ഞിട്ടുണ്ട്. കാമിലയുടെ സംഗീതപാരമ്പര്യത്തിന്റെ ഉണർച്ചകൾ തുടക്കം മുതൽക്കേ ജിബ്രാനിലുണ്ടായിരുന്നു. 'പാടുമ്പോൾ എനിക്ക് ചിറകുകൾ മുളയ്ക്കുന്നതുപോലെ തോന്നും. അതേ, ഞങ്ങൾ തടാകത്തിനു മുകളിലൂടെ ചക്രവാളത്തിലേക്ക് ഒഴുകുകയാണ്. താഴെ നെയ്യാമ്പലുകൾ സ്വപ്നഭൂമിയിലാകെ വിരിഞ്ഞുനില്ക്കുന്നു.' ജിബ്രാൻ എഴുതി.

ലെബനോണിന്റെ പാരമ്പര്യാനുഭവങ്ങളിലേക്ക് ജിബ്രാനെ വഴി നടത്തിയത് കാമിലയായിരുന്നു. കഥകളുടെ മഞ്ഞുതാഴ്വാരങ്ങളിലേക്കും മഴക്കാടുകളിലേക്കും അമ്മയും മകനും ഇറങ്ങി നടന്നു. ബൈബിളിലെ വചനാനുഭവങ്ങളിൽ ഇരുവരും പ്രാർത്ഥനാനിമഗ്നരായിരുന്നു. വചനങ്ങളിൽ ഒരേകാലം ഏകാന്തതയും സ്വപ്നങ്ങളും ധ്യാനിച്ചിരിക്കുന്നതായി ജിബ്രാൻ കണ്ടു. കവിതയിലേക്കുള്ള ജിബ്രാന്റെ വരവിന് അരങ്ങൊരുക്കിയത് ഈ വചനോത്സവങ്ങളായിരുന്നു. കവിതയ്ക്കും സംഗീതത്തിനുമൊപ്പം ചിത്രംവരയിലും ജിബ്രാൻ ഉത്സാഹം കാണിച്ചു തുടങ്ങി.

ജിബ്രാന് പന്ത്രണ്ടു വയസ്സുള്ളപ്പോൾ ജിബ്രാന്റെ കുടുംബം അമേരിക്കയിലെ ബോസ്റ്റണിലേക്കു പലായനം ചെയ്തു. ലെബനോൺ പർവതനിരകളും മൗനത്തിന്റെ മഹാമുഴക്കങ്ങൾ സമ്മാനിച്ച പ്രാക്തനവനസ്ഥലികളും അതോടെ ജിബ്രാന് നഷ്ടമായി. 'എന്റെ സ്വപ്നങ്ങളാരംഭിക്കുന്നത് സ്വർഗ്ഗകവാടമായ ലെബനോണിൽ നിന്നാണ്. അവസാനിക്കുന്നതാകട്ടെ സ്വർഗ്ഗാതിർത്തിയായ ലെബനോണിലും' ജിബ്രാൻ എഴുതി. സ്വപ്നസഞ്ചാരിയായ ജിബ്രാന് പുതിയ നാട് കടുത്ത സംഘർഷങ്ങളൊന്നും നല്കിയില്ല. ബോസ്റ്റണിൽ ജീവിക്കുമ്പോഴെല്ലാം ജിബ്രാൻ മനസ്സുകൊണ്ട് ലെബനോണിലായിരുന്നു. അച്ഛനോടൊപ്പം ലെബനോൺ കുന്നുകൾ കയറിയിറങ്ങിയ പകലുകൾ, താഴ്വാരങ്ങളിൽ ഒഴുകിനടക്കുന്ന ആട്ടിടയന്മാരുടെ സംഗീതധാരകൾ, വെയിൽകായുന്ന ഒറ്റയൊറ്റ മരങ്ങൾ, ആകാശത്ത് ചിത്രം വരയ്ക്കുന്ന പക്ഷിക്കൂട്ടങ്ങൾ - കാല്പനികതയിൽ ഒരുക്കിയെടുത്ത ഓരോ നിമിഷവും ജിബ്രാനെ വല്ലാതെ സങ്കടപ്പെടുത്തിക്കൊണ്ടിരുന്നു. സങ്കടങ്ങളെ ജിബ്രാൻ മറികടന്നത് കവിതകളിലൂടെയായിരുന്നു. മനുഷ്യനും പ്രകൃതിയും ഒരേകാലം പതഞ്ഞൊഴുകുന്നത് അക്കാലത്ത് ജിബ്രാൻ എഴുതിക്കൂട്ടിയ കവിതകളിലാകെ കാണാം. 'പ്രിയപ്പെട്ട ലെബനോൺ' എന്ന കവിതയിൽ ജിബ്രാൻ പാടുന്നു.

'പ്രിയപ്പെട്ട ലെബനോൺ
ലില്ലിപ്പൂക്കളുടെ പ്രിയപ്പെട്ട ലെബനോൺ
നക്ഷത്രമുകുളങ്ങൾ ഉണരുമ്പോഴെല്ലാം
നിന്റെ മഞ്ഞച്ചിറകിൽ
പറ്റിച്ചേർന്നു കിടക്കാൻ ഞാൻ കൊതിക്കും.
നീ നിന്റെ വെള്ളാരംകല്ലുകൾ കൊണ്ടൊരുക്കിയ
സ്വപ്നങ്ങളാൽ എന്നെ താലോലിക്കുക.

നീ നിന്റെ മുന്തിരിച്ചാറാൽ നനച്ച
അധരങ്ങളാൽ എന്നെ ചുംബിക്കുക.
ഞാനെന്റെ ആത്മാവിലേക്ക്
എന്റെ സ്വപ്നോദ്യാനത്തിലേക്ക്
നക്ഷത്രങ്ങളെയും പുൽക്കൊടികളെയും
നെയ്യാമ്പലുകളെയും
വാരിനിറയ്ക്കട്ടെ.
പ്രിയപ്പെട്ട ലെബനോൺ വസന്തമേ
ഇളംകാറ്റിന്നോർമ്മയിൽ
നീ എവിടേക്കാണ്
ഋതുമതിയായി ഒഴുകിപ്പോകുന്നത്.'

ബോസ്റ്റണിലെ വന്യമായ നാഗരികതയ്ക്കു നടുവിൽ ലെബനോണിന്റെ വശ്യസൗന്ദര്യവും കവിതകളിലൂടെ പുനർനിർമ്മിക്കുവാൻ ജിബ്രാനിലെ കവിക്ക് എളുപ്പം കഴിഞ്ഞു. ബോസ്റ്റൺ തെരുവുകളിലൂടെ കവിതയും ചൊല്ലി നടന്നിരുന്ന ജിബ്രാന് ആരാധകരുടെ എണ്ണം ദിനംപ്രതി കൂടിക്കൂടിവന്നു. സ്വപ്നലോലുപനായ ജിബ്രാൻ ഒരു നിമിഷമെങ്കിലും ഏകാന്തതയ്ക്കു വേണ്ടി ദാഹിച്ചിരിക്കണമെന്ന് ബാർബറാ യംഗ് രേഖപ്പെടുത്തിയിട്ടുണ്ട്. ഏകാന്തത എന്നെന്നേക്കുമായി ജിബ്രാനെ കൈയൊഴിഞ്ഞു എന്നു വേണം കരുതാൻ. ആരാധകരോട് കടന്ന ഒരാഭിമുഖ്യവും ജിബ്രാന് ഒരിക്കലും ഉണ്ടായിരുന്നില്ല. എന്നാൽ ജോസഫൈൻ പ്രസ്റ്റൺ പീ ബോഡി എന്ന മുപ്പതു വയസ്സുകാരി അമേരിക്കൻ കവയത്രിയോട് ജിബ്രാന് എന്തെന്നില്ലാത്ത ഒരാഭിമുഖ്യം ഉണ്ടായിരുന്നു. 'രണ്ടുപേരുടെയും ഹൃദയങ്ങളിൽ നിന്ന് തേൻ കുടിക്കാൻ ചിത്രശലഭങ്ങൾ മത്സരമായിരുന്നു' എന്ന് ജിബ്രാന്റെ അടുത്ത സുഹൃത്തായ നദീൻ രേഖപ്പെടുത്തിയിട്ടുള്ളത് ശ്രദ്ധേയമാണ്.

ജിബ്രാനിലേക്കുള്ള ജോസഫൈന്റെ സന്ദർശനങ്ങൾക്ക് ഒരു കവിതയുടെ എല്ലാ അഭിജാത സൗന്ദര്യവുമുണ്ടായിരുന്നു. ബോസ്റ്റൺ തെരുവുകളിലും നദിക്കരയിലും റെസ്റ്റോറന്റുകളിലും ഇരുവരും സമയബോധമില്ലാതെ കാവ്യഹൃദയങ്ങൾ പങ്കുവച്ചു. കാവ്യാസ്വാദനത്തിന്റെ ചിരപരിചിത സ്നാനഘട്ടങ്ങൾ വിട്ട് അനുരാഗത്തിന്റെ പുഴയിലേക്ക് ഇരുവരും ഒഴുകി. ജോസഫൈനെ പ്രണയിക്കുമ്പോൾ ജിബ്രാന് പതിനാറു വയസ്സാണ് പ്രായം. പ്രണയം ഒരു കൊടുങ്കാറ്റിന്റെ വന്യസൗന്ദര്യത്തോടെ ഇരുഹൃദയങ്ങളെയും സ്പർശിച്ചു. 'ഞങ്ങൾ പ്രണയിക്കുകയായിരുന്നില്ല; നക്ഷത്രങ്ങളെക്കുറിച്ചു സംസാരിക്കുകയായിരുന്നു. സംസാരിക്കുമ്പോഴെല്ലാം

സ്വർണ്ണത്തലമുടിയുള്ള ജോസഫൈൻ ഒരു നക്ഷത്രമായി രൂപാന്തരം പ്രാപിക്കുന്ന കാഴ്ച എനിക്ക് അത്ഭുതങ്ങൾ സമ്മാനിച്ചു. ഇതാ ഭൂമിയിലേക്ക്, എന്റെ അടുക്കലേക്ക് ഒരു കാവ്യനക്ഷത്രം വന്നിരിക്കുന്നു' ജിബ്രാന്റെ വാക്കുകൾ ഒരു പ്രണയോന്മാദിയുടെ വാക്കുകൾ പോലെ ആർദ്രസുന്ദരമായിരുന്നുവെന്ന് നസീബ് അറിദ രേഖപ്പെടുത്തിയിട്ടുണ്ട്.

പ്രണയം അതിന്റെ അരവിന്ദലോചനങ്ങളിൽ തളിർത്ത പൂമരങ്ങളെ മാത്രം വിരുന്നിനു ക്ഷണിച്ചിരുന്ന കാലം. ജിബ്രാനെഴുതുന്നതിലെന്തും ജോസഫൈൻ ആത്മാവിൽ നിറഞ്ഞു കത്തുന്ന ഒരു ലഹരി കണ്ടെത്തിയിരിക്കും. കൊടുമ്പിരി കൊണ്ടിരുന്ന പ്രണയത്തിനിടയ്ക്കെപ്പോഴോ ജിബ്രാന് ജോസഫൈനെ വിട്ട് ലെബനോണിലേക്ക് കപ്പൽ കയറേണ്ടി വന്നു. ലെബനോണിലെത്തിയ ജിബ്രാൻ ജോസഫൈന് അയച്ചിട്ടുള്ള പ്രണയാക്ഷരങ്ങൾക്കു കണക്കില്ല. പ്രണയാക്ഷരങ്ങൾ പ്രപഞ്ചാനുഭവമായി പരിണമിക്കുന്ന നിരവധി അനുഭവതലങ്ങൾ ഈ പ്രണയക്കുറിപ്പുകളിലെല്ലാമുണ്ട്. 'പാനം ചെയ്യുമ്പോഴെല്ലാം ഞാൻ പ്രാർത്ഥിക്കുകയായിരുന്നു; അവളുടെ അധരദലങ്ങളിൽ ക്ഷതമേൽക്കരുതേ' എന്ന് ഓരോ പ്രണയക്കുറിപ്പുകൾക്കും ആമുഖമായി ജിബ്രാൻ എഴുതിച്ചേർത്തു.

നാലുവർഷക്കാലത്തെ വിരഹമവസാനിപ്പിച്ച് ജിബ്രാൻ ബോസ്റ്റണിലെത്തുമ്പോൾ ജോസഫൈൻ, തുറമുഖത്ത് കാത്തുനില്പുണ്ടായിരുന്നു. വാക്കുകൾക്ക് അപ്പുറമുള്ള വികാരാർദ്രമായ ഒരു കാഴ്ചയായിരുന്നു അതെന്ന് ജിബ്രാന്റെ അടുത്ത സുഹൃത്ത് നസീബ് പറയുന്നു. അമ്മയും രണ്ടു സഹോദരങ്ങളും നഷ്ടപ്പെട്ട ജിബ്രാന് ജോസഫൈൻ ഒരു ശരണമായിരുന്നു. കടുത്ത വേനൽക്കാലം ജിബ്രാന്റെ ഹൃദയത്തിൽ ഏല്പിച്ച സങ്കടങ്ങളെയെല്ലാം ജോസഫൈന്റെ കാവ്യവചനങ്ങൾ ഒപ്പിയെടുത്തു. "എഴുതാനിരിക്കുമ്പോഴെല്ലാം (ഞാനെഴുതുകയായിരുന്നില്ല) എന്റെ പ്രിയപ്പെട്ടവൾ എന്നെ ചുംബിച്ചുകൊണ്ടേയിരുന്നു. അതുകൊണ്ടായിരിക്കാം എന്റെ പ്രാർത്ഥനകൾ ചുംബനങ്ങളായിത്തീരുന്നതെന്ന്" ജിബ്രാൻ പിന്നീട് എഴുതിയിട്ടുണ്ട്.

ജിബ്രാൻ-ജോസഫൈൻ പ്രണയം അതിന്റെ കല്പനകളെ സ്വീകരിക്കാൻ പലപ്പോഴും തയ്യാറായിരുന്നില്ല എന്ന് ബാർബറാ യംഗ് സൂചിപ്പിക്കുന്നുണ്ട്. സൗത്ത് എൻഡിലെ ചേരികളിലൊന്നിൽ ജീവിതമാരംഭിച്ച ജിബ്രാന്റെയും ബോസ്റ്റണിലെ പ്രഭു

കുടുംബത്തിൽ നിന്നെത്തിയ ജോസഫൈന്റെയും മുന്നിൽ സാമൂഹിക നിർവചനങ്ങൾ പലപ്പോഴും ചോദ്യചിഹ്നങ്ങളുയർത്തി കാത്തുനിന്നിരുന്നു. എന്നാൽ പ്രണയത്തെ ബോസ്റ്റൺ തെരുവുകളിലേക്കു കൊണ്ടുവരാൻ ഇരുവരും ധൈര്യം കാണിച്ചിരുന്നു. എന്നാൽ അപ്രതീക്ഷിതമായുണ്ടായ കടുത്ത സാമ്പത്തിക മാന്ദ്യം ജോസഫൈന്റെ കുടുംബത്തെയാകെ തളർത്തിയതോടെ പ്രണയത്തിന്റെയും താളം തെറ്റി. അധികം വൈകാതെ ജോസഫൈന്റെ കുടുംബം ന്യൂഹാംപ്ഷെയറിലേക്കു പലായനം ചെയ്തു.

കാലങ്ങൾക്കുശേഷം ജോസഫൈൻ കേംബ്രിഡ്ജിലേക്കു തിരിച്ചുവന്നപ്പോൾ ജിബ്രാൻ വീണ്ടും ജോസഫൈനെ കാണുവാൻ തിടുക്കം കൂട്ടി. പ്രപഞ്ചത്തിൽ കിട്ടാവുന്ന എല്ലാ സുന്ദര വസ്തുക്കളും ചേർത്തുവച്ചാണ് ജിബ്രാൻ ജോസഫൈനെ സ്വാഗതം ചെയ്തത്. പക്ഷേ ജോസഫൈന്റെ വിചിത്ര ഭാവനകൾക്കു മുൻപിൽ ജിബ്രാൻ നിശ്ശബ്ദനാവുകയായിരുന്നു. ജോസഫൈന് ജിബ്രാനോടു തോന്നിയ 'അപരിചിത'ത്വത്തെ മറികടക്കാൻ ജിബ്രാന് കഴിഞ്ഞില്ല. ജോസഫൈന്റെ പ്രണയനിരാസം ജിബ്രാനെ ഉന്മാദിയാക്കി മാറ്റി. കാലം കൊടുങ്കാറ്റിലേക്കു വലിച്ചെറിഞ്ഞ മേഘദളം പോലെ ജിബ്രാൻ ബോസ്റ്റൺ തെരുവുകളിലേക്കു പറന്നു നടന്നു. "പ്രണയം ഒരുവനെ ഉന്മാദിയാക്കുന്നു. പ്രണയോന്മാദം ദൈവം ഭൂമിയിൽ നടപ്പിൽ വരുത്തുന്ന ഒരു ചതിക്കുഴിയാണ്-" ഒരുപാട് ഭഗ്നപ്രണയങ്ങൾക്കപ്പുറം നിന്നുകൊണ്ട് ജിബ്രാൻ കുമ്പസരിക്കുകപോലുമുണ്ടായി. അതെ, ഹൃദയത്തിൽ ഒരമ്പുമായി ജനിച്ച ജിബ്രാനിൽ ഉന്മാദത്തിന്റെ പ്രണയ ദിഗംബരങ്ങൾ പത്മാകാരസദൃശങ്ങളായി വിരിഞ്ഞിരിക്കണം.

ദൈവത്തിന്റെ ചുംബനങ്ങൾ

പ്രിയപ്പെട്ട ജെ,

നമ്മൾ പറക്കുന്നത് ഇപ്പോൾ ഈ തടാകത്തിനു
മുകളിലൂടെയാണ്. താഴെ നെയ്യാമ്പലുകൾ
കവിത പോലെ വിരിഞ്ഞുനില്ക്കുന്നു.
ആകാശത്തിന് ഇന്ന് മഞ്ഞനിറമാണ്.
നീലിമയുടെ ലോലമായ ഹൃദയമുകുളങ്ങളെ
മഞ്ഞപ്പൊട്ടുകൾ വന്ന് ചുംബിക്കുന്നത്
നീ കാണുന്നില്ലേ? ശരത്കാലപക്ഷികൾ
നമുക്കു മുൻപേ ചക്രവാളങ്ങളിലേക്കു
കുതിക്കുന്നത് നീ കാണുന്നില്ലേ? നമുക്കവരെ
ക്കുറിച്ചു മാത്രം പാടാം. 'ഹേ, മിന്നൽപ്പക്ഷികളെ,
നിന്റെ ഉദ്യാനത്തിൽനിന്ന് ഞങ്ങൾക്ക് ഒരിക്കലും
വാടാത്ത മഞ്ഞപ്പൂക്കൾ തരുമോ, അത്ഭുതം -
പൂക്കൾക്ക് നിന്റെ നിറം, നിന്റെ സുഗന്ധം,
പ്രപഞ്ചമേ, എനിക്കീ ആകാശത്ത്
ഈ കൊച്ചുപൂവിനൊപ്പം അകലേക്ക്,
അകലേക്ക് പറക്കണമെന്നുണ്ട്. പ്രപഞ്ചമേ,
നീ ഇപ്പോഴും ഇവൾക്കുവേണ്ടി,
ഞാൻ കേൾക്കാൻ പാട്ടു പാടുന്നുവോ?

ജിബ്രാൻ

പ്രിയപ്പെട്ട ജോസഫൈൻ,

മുന്തിരിവള്ളിയിലൂടൂർന്ന് മെല്ലെ മെല്ലെ
ഭൂമിയിലേക്കൊരു കവിത വന്നു.
കവിതയുടെ അകത്തളങ്ങളിൽ വയലറ്റ്
പുഷ്പങ്ങളുടെ ദ്യുതുകാന്തി. കവിത എന്റെ
ഹൃദയത്തിനു മേലെ പറന്നിറങ്ങി.
ഞാൻ ധ്യാനിക്കുകയായിരുന്നു. ധ്യാനിക്കുമ്പോൾ
എന്റെ ഹൃദയം ഒരു തടാകമാണ്.
തടാകത്തിനു ചിറകുകളുണ്ട്. അവളങ്ങനെ
എല്ലായ്പോഴും ഇളകിക്കൊണ്ടിരിക്കും.
എന്റെ ഹൃദയത്തിനുമേൽ വന്നിരുന്ന കവിതയെ
ഞാൻ നിന്റെ ഹൃദയത്തിലേക്കു ചേർത്തുവയ്ക്കട്ടെ.
ഇനി ഒരു കാറ്റിനും നിന്റെ ഉദ്യാനത്തിനെ
തകർക്കുവാൻ ധൈര്യമുണ്ടാവില്ല. ഈ കിന്നര
വീണയിൽ ഒളിഞ്ഞിരിക്കുന്ന അപൂർവ്വരാഗങ്ങൾ
നിന്നെക്കുറിച്ചുള്ളതാണ്. ഞാൻ വസന്തത്തിന്റെ
കുപ്പായം നിനക്കായ് തുന്നിവച്ചിരിക്കുന്നു.
ഈ കവിതയെക്കൂടി അതിൽനിറച്ച്
നീ പൂത്തുനില്ക്കുക.

ജിബ്രാൻ

പ്രിയപ്പെട്ട ജോസഫൈൻ,

ഞാൻ സ്വപ്നം കാണുന്നു. ഒരാട്ടിടയന്റെ
കുപ്പായമിട്ട ദൈവം വാക്കുകളേയും കൊണ്ട്
മേയാനിറങ്ങുന്നത്. വാടിക്കരിഞ്ഞ
മൊട്ടുകളുടെ മേൽ വാക്കുകൾ ചുംബിക്കുമ്പോൾ
അവ റോസാപ്പൂവുകളാകുന്നു. ദൈവം കിന്നരം
വായിക്കുമ്പോൾ പൂവുകളിൽനിന്ന്
സുഗന്ധപരാഗങ്ങൾ പറന്നു വരുന്നു.
താഴ്‌വാരങ്ങൾ തളിർത്ത ചില്ലകളുയർത്തി
നിന്നെ സ്വാഗതം ചെയ്യുന്നു.
പ്രിയപ്പെട്ടവളേ, നീ കവിതകളെഴുതുമ്പോൾ
ഞാൻ ഉദ്യാനങ്ങളെയാണ് സ്വപ്നം കാണാറ്.
ഉദ്യാനങ്ങളുടെ കാവൽക്കാരനായ ദൈവം നിന്റെ
വിശുദ്ധവചനങ്ങളുടെ കൂടി കാവൽക്കാരനാണ്.
മണൽത്തരി പോലെ മുഗ്ദ്ധവും ക്ഷണികവുമായ
നമ്മുടെ സ്വപ്നങ്ങളിൽനിന്ന് ദൈവം ഏതു
പൂവാണ് പാരിതോഷികമായി ചോദിക്കുക.
ഞാനീ ഉദ്യാനത്തിൽനിന്ന് നിന്നെ സമർപ്പിക്കാം.
നീ എന്നെയും. അപ്പോൾ മാത്രം ദൈവം
നമുക്ക് ചിറകുകൾ തരും.

ജിബ്രാൻ

പ്രിയപ്പെട്ട ജെ,

ഒരു പകലിലും കാണാനാകാത്ത വെളിച്ചം നിന്റെ കണ്ണുകളിലുണ്ടല്ലോ. നീ എന്നെ അമർത്തി ചുംബിക്കുമ്പോഴെല്ലാം ഞാൻ കാറ്റേറ്റ പൂമരം പോലെ തളിർക്കുന്നു. തളിർക്കുമ്പോൾ ഞാനെന്നെ മറക്കുന്നു. ഈ രാവിന് പകലിനോടും പുഴയോടും എന്തൊക്കെയാണ് പറയാനുള്ളത്. ഓരോ രാവും പ്രഭാതം വിരുന്നിനെത്തുംവരെ സ്വപ്നങ്ങൾ നെയ്തെടുക്കാറുണ്ട്. ഒരിക്കൽ, ഒരിക്കൽ മാത്രം മധു രമായൊരു സ്വപ്നം രാവെനിക്കു സമ്മാനിച്ചു. ലില്ലിപ്പൂക്കളാൽ അലങ്കരിച്ച ആ രാവിനെ ഞാനെന്റെ കാമുകിയായി ഹൃദയത്തിലേക്ക് എടുത്തുവച്ചു. അവളിപ്പോഴുമെൻ ഹൃദയത്തിലിരുന്നു പാടുന്നുണ്ട്. ആ പാട്ടുകളെല്ലാം ഈ രാവ് പെയ്തിറങ്ങുംമുൻപ് നിനക്കു കൊരുത്തു തരാം. നീയെനിക്കു സമ്മാനിച്ചതാണല്ലോ ഈ രാവുകൾ.

ജിബ്രാൻ

മേയ്സിയാദാ,

നിന്നോടൊത്തിരിക്കുമ്പോൾ ഞാൻ ജീവിതത്തെ അറിയുന്നു. ജീവിതം ഇപ്പോൾ ഈ നിമിഷം മുതൽ നഗ്നമായിരിക്കുന്നു. വർണ്ണങ്ങൾകൊണ്ട് പൊതിഞ്ഞ നഗ്നതയാണത്. നിന്റെ മിഴികളിലേക്കു നോക്കിയിരിക്കുമ്പോൾ ഏകാന്തതേ, ഞാൻ പക്ഷി ക്കൂട്ടങ്ങളെ കാണുന്നു. ഓരോ പക്ഷിക്കും ദൈവം ചക്രവാളത്തിൽ കൂടൊരുക്കി വച്ചിരിക്കുന്നു. അതുകൊണ്ടായിരിക്കും അവർ സാഗരം കടന്ന് ഇപ്പോഴും പറന്നുകൊണ്ടിരിക്കുന്നത്.

പക്ഷിത്തൂവലുകൾകൊണ്ട് ഒരു കൂട്
ഈ ഏകാന്തതയിൽ എനിക്ക് ഒരുക്കണമെന്നുണ്ട്.
അതിനു മുകളിൽ ലെബനോൺ മേഘങ്ങൾ
വെയിൽ വിതറിക്കൊണ്ട് മെല്ലെ നീങ്ങണം.
കൊച്ചുകൊച്ചു നക്ഷത്രങ്ങൾ,
അവരുടെ പുഞ്ചിരി ഇതിലേക്കായി പൊഴിക്കണം.
എഴുതാനിരിക്കുമ്പോഴും വരയ്ക്കാനിരിക്കുമ്പോഴും ഞാൻ നക്ഷത്രങ്ങളെക്കുറിച്ചു മാത്രം സ്വപ്നം കാണുന്നതിന്റെ പൊരുൾ ഇപ്പോൾ ഈ നിമിഷം മുതൽ കണ്ടുപിടിച്ചു. നഗ്നമായതെന്തും ജീവിതത്തി ലുണ്ട്. പക്ഷിക്കൂടും തടാകങ്ങളും പർവതനിഴലു കളും നാദബിന്ദുക്കളും ഒക്കെച്ചേർന്നുള്ള ചിത്രമെഴുതാൻ ഇപ്പോൾ ഈ നിമിഷം മുതൽ ദൈവം എന്നോടു കല്പിച്ചിരിക്കുന്നു.

ജിബ്രാൻ

പ്രിയപ്പെട്ടവളേ,

ഓർമ്മകൾ അങ്ങനെയാണ്. ഒരു കൊമ്പിൽനിന്ന് അടുത്ത കൊമ്പിലേക്ക്. അതിന്റെ തളിരിലകളെ സമർപ്പിക്കുന്നു. അല്ലെങ്കിൽ മധുരമേറിയ ഒരു ഫലം മറ്റൊരു ഫലത്തിലേക്ക് പ്രണയഹൃദയം സമർപ്പിക്കുന്നു. പുഴ കടന്നു വരുമ്പോഴെല്ലാം ഞാൻ നിനക്കു നക്ഷത്രക്കുഞ്ഞുങ്ങളെ കൊണ്ടുവരാറുണ്ടായിരുന്നല്ലോ. വേനൽക്കാലത്ത് പുഴയിൽ നീന്തുമ്പോൾ നക്ഷത്രക്കുഞ്ഞുങ്ങളും നിന്റെയൊപ്പം ജലവിരലുകളിൽ പിടിച്ചു നീന്താറുണ്ടായിരുന്നു. പ്രിയപ്പെട്ടവളേ, തളിർത്ത ഈ ഒരില നമുക്കു മുന്നിൽ വീഴുമ്പോൾ ഞാനറിയാതെ നിന്നെക്കുറിച്ചു പാടിപ്പോകുന്നു. നീയാകട്ടെ ഓർമ്മകളെ ചെമ്മരിയാടുകൾ എന്നപോലെ എന്റെ മറവിയിലേക്ക് ഇപ്പോഴും തെളിച്ചുകൊണ്ടുവരുന്നു.

ജിബ്രാൻ

പ്രിയപ്പെട്ട ഹാലാ,

എല്ലാ ശിശിരത്തിനുള്ളിലും ഒരു വസന്ത ഹൃദയമുണ്ട്. ആ ഹൃദയമാണ് നമുക്കുവേണ്ടി ഇന്നും പാടുന്നത്. പുൽക്കൊടികളെയും പൂമ്പാറ്റകളെയും ഒരേകാലം പ്രകീർത്തിക്കുന്ന ആ നാദധാര ഒരിക്കലും അവസാനിക്കരുതേ എന്നാണ് എന്റെ പ്രാർത്ഥന. പ്രണയിക്കുമ്പോൾ നമുക്കാ പ്രാർത്ഥന കേൾക്കാം. മുന്തിരിയിലകൾ അടർന്നുവീഴുംപോലൊരു നിശ്വാസം. അകലങ്ങളിലെവിടെയോ നിന്നൊരു തൂവൽ നമ്മുടെ മനസ്സുകളിലേക്കു താഴ്ന്നിറങ്ങുന്നു. നിമിഷങ്ങൾ വൈഡൂര്യമണികളാലലംകൃതമായ കൊട്ടാരങ്ങളാകുന്നു. അഞ്ജനമെഴുതിയ രാവ് പതിയെ പതിയെ നമുക്ക് ചുംബനങ്ങൾ നൽകിക്കൊണ്ട് പിരിയുന്നു. ഞാൻ പാടട്ടെ, പ്രണയമേ നിന്റെ മഴവിൽച്ചിറകുകൾക്കൊപ്പം ഞങ്ങളുടെ തൂവലുകൾ കൂടി ചേർത്തുവയ്ക്കില്ലേ?

ജിബ്രാൻ

പ്രിയപ്പെട്ട എമിലി,

നിലാവിനോടു പരിഭവം പറയുമ്പോഴെല്ലാം ഞാൻ നിന്നെ ശ്രദ്ധിക്കുകയായിരുന്നു. ഒരു കൊച്ചു കുഞ്ഞിന്റെ ഭാവമായിരുന്നു അപ്പോഴെല്ലാം നിനക്ക്. കളിക്കോപ്പുകൾക്കുവേണ്ടി ശാഠ്യം പിടിക്കുന്ന നിന്റെ നിമിഷങ്ങൾ എത്ര മനോഹരമായിരുന്നു. നീ പ്രാർത്ഥിക്കാനിരിക്കുമ്പോൾ ഞാൻ നിന്നെ ശ്രദ്ധിക്കുകയായിരുന്നു. ഒരു യോഗിയുടെ ഭാവമായിരുന്നു നിനക്ക്. ധ്യാനനീലിമയിലേക്ക് നീയൊരു വേള ഒഴുകിപ്പോകുമോ എന്നുപോലും എനിക്കു തോന്നി. നീയെന്നെ പ്രണയിക്കുമ്പോഴെല്ലാം ഞാൻ നിന്നെ ശ്രദ്ധിക്കുകയായിരുന്നു. ഒരു രാജകുമാരിയുടെ ഭാവമായിരുന്നു നിനക്ക്. പ്രിയപ്പെട്ടവളേ, പ്രണയസാമ്രാജ്യം നമ്മുടെ സ്വപ്നങ്ങൾക്ക് അപ്പുറമോ ഇപ്പുറമോ. നീ പൂവാടികൾ ഒരുക്കിക്കൊണ്ടേയിരിക്കുക. അവിടേക്ക് ദൈവത്തിന്റെ പാരിതോഷികങ്ങളായ വാടാമലരുകളെ ഞാൻ കൊണ്ടുവരാം.

ജിബ്രാൻ

പ്രിയപ്പെട്ടവളേ,

പർവ്വതശൃംഗങ്ങൾ പോലെ ഈ പ്രാർത്ഥനകൾ നമ്മെ തലോടുന്നു. അതിന്റെ തെളിഞ്ഞ കണ്ണുകൾ അകലങ്ങളിൽ തിരി നീട്ടിയ വിളക്കുമരം പോലെയാണ്. ഇരുളിൽ പറക്കാൻ കഴിയാത്ത എത്രയെത്ര പക്ഷിക്കൂട്ടങ്ങളെയാണ് അതു പ്രകാശത്തിലേക്കു നയിക്കുന്നത്. പ്രാർത്ഥനകൾക്കു ചിറകുകൾ നല്കിയ ദൈവം അതിനെയും സാന്ത്വനപ്പെടുത്തിയിരിക്കുന്നു. നീ പൂവുകളെ പ്രണയിക്കും പോലെയാണ് എന്നെയും പ്രണയിക്കുക. പ്രണയിക്കുമ്പോൾ നാം ശരിക്കും പ്രാർത്ഥിക്കുകയായിരുന്നില്ലേ?

ജിബ്രാൻ

പ്രിയപ്പെട്ട ജെ,

പ്രണയിക്കുമ്പോൾ നാം മറ്റൊന്നും അറിയുന്നില്ല. നമ്മൾ ചിത്രപതംഗങ്ങൾ പോലെ വാനിൽ പറന്നു നടക്കും. മേഘങ്ങൾ ഇടയ്ക്കിടെ വന്നു നമ്മോട് പ്രണയാഭ്യർത്ഥന നടത്തും. മറ്റു ചിലപ്പോൾ പേരറിയാപക്ഷിക്കൂട്ടങ്ങൾ ഒന്നായ് പറന്നുവന്ന് നമ്മുടെ പ്രണയസ്വപ്നങ്ങളെ കൊത്തിയെടുത്തു കൊണ്ട് മറയും. ഭൂമിയിലേക്കു നോക്കൂ, വസന്തകിരീടമണിഞ്ഞ ഓരോ വൃക്ഷവും അതിന്റെ പുഷ്പാധരങ്ങൾ കാട്ടി നമ്മെ കൊതിപ്പിക്കുന്നു. കവികൾ വാക്കുകളെ മുന്തിരിച്ചാറിൽ നനച്ചെടുത്ത് നമുക്കു നേരെ നീട്ടുന്നു. പ്രണയം അങ്ങനെയാണ്. പ്രണയം മുറിവേറ്റിയ കരളിൽ ഋതുക്കൾ വിരുന്നിനെത്തിക്കൊണ്ടേയിരിക്കും.

ജിബ്രാൻ

ഹാലാ,

ഒരു പൂവിന് ഒരുപാട് പൂവുകളുമായി ഹൃദയ
ബന്ധമുണ്ടെന്നു കവികൾ ഓർമ്മപ്പെടുത്തുന്നു.
ഉദ്യാനത്തിലെ പൂക്കാത്ത ഈ ചെടിക്ക് ആരോടും
ഹൃദയബന്ധമില്ലെന്ന് നീയെന്നോടുപറഞ്ഞു.
ആ ചെടിക്ക് ദൈവത്തിനോടൊരു
വിശുദ്ധാനുരാഗമുണ്ട്. ദൈവവുമൊത്തുള്ള
ഓരോ നിമിഷവും ചെടിക്ക് ഋതുകാലമാണ്.
അതുകൊണ്ടായിരിക്കാം, നമ്മൾ കണ്ടുമുട്ടുന്ന
ഈ മണ്ഡപത്തിനരികിൽ പൂക്കാത്തൊരു
ചെടി ഇപ്പോഴും പുഞ്ചിരിച്ചുകൊണ്ടു നില്ക്കുന്നത്.
നിശ്ശബ്ദം ഞാനതിനെ ചുംബിക്കട്ടെ.
നമുക്കു വിരുന്നൊരുക്കിയ ഈ ദളങ്ങളിലേക്ക്
ആരാണ് കടുത്ത ചായങ്ങൾ കോരിയൊഴിച്ചത്?
നിറങ്ങൾ ഹൃദയത്തിലേക്ക് പെയ്തിറങ്ങിക്കഴിഞ്ഞു.
പുഷ്പിണിയാകാത്ത ഈ അനുരാഗിണിയോട്
എനിക്കു പ്രേമം തോന്നിപ്പോകുന്നു.
പ്രിയപ്പെട്ടവളേ, രാഗിണി, ദൈവത്തോടുള്ള നിന്റെ
പ്രണയക്കുറിപ്പുകളിലൊന്ന് ഇപ്പോഴും എന്റെ
ഹൃദയത്തിൽ തന്നെയാണു തളിർത്തു കിടക്കുന്നത്.

ജിബ്രാൻ

പ്രിയപ്പെട്ട ഹാലാ,

ലജ്ജാവതികളായ മുന്തിരിവള്ളികളെ
എനിക്കൊരിക്കലും പ്രണയിക്കാനായിട്ടില്ല.
അവ എല്ലായ്പോഴും മേഘഹൃദയങ്ങളെ
പ്രണയിച്ചുകൊണ്ടേയിരിക്കും.
എന്നാൽ, എന്നെ ഇപ്പോൾ പ്രണയിക്കുന്ന
ഈ മുന്തിരിവള്ളി എന്റെ മേലാകെ പടർന്നു
കയറുകയാണ്. എന്റെ സങ്കല്പചാരുതകളിലേക്ക്
അവൾ പച്ചപ്പിന്റെ ചായം പുരട്ടുന്നു. ലോലമായ
നഗ്നതകളെ അവൾ തളിരിലകൾ കൊണ്ട്
ചുംബിക്കുന്നു. മുഖഭംഗികളിലേക്കു പടർന്നുകയറി
മിഴികളിലെ സങ്കടങ്ങളെ മറയ്ക്കുന്നു.
മാറിടങ്ങളിൽ പറ്റിച്ചേർന്ന കുങ്കുമം ഒരു വെളുത്ത
തൂവലിനാൽ മായ്ച്ചുകളയുന്നു. മുന്തിരിവള്ളിയുടെ
അനുസരണയില്ലായ്മയ്ക്കുപോലും എന്തു
ഭംഗിയാണ്. ആ അഭിജാത ഭംഗിയിൽ
ഞാനൊരിക്കൽക്കൂടി പ്രണയോന്മാദിയാകുന്നു.
പ്രിയപ്പെട്ടവളേ, എന്റെ മാത്രം പ്രിയപ്പെട്ടവളേ,
നീയും മുന്തിരിവള്ളിയും തമ്മിലെന്തു വ്യത്യാസം?

ജിബ്രാൻ

മേരി എലിസബത്ത്,

എത്ര വേഗമാണ് ഈ തോണി മറുകര എത്തിയത്. തോണിയിലിരുന്ന് നമ്മൾ രാഗവിസ്താരം നടത്തുകയായിരുന്നു. നാം നോക്കി നോക്കിനില്ക്കേ, നമ്മുടെ പ്രണയരാഗവിസ്താരം കേട്ടിട്ടാകണം തോണിയിൽ ഒരുദ്യാനം പ്രത്യക്ഷമായി. ശലഭങ്ങളും സ്വപ്നങ്ങളും ഉദ്യാനത്തിലാകെ പറന്നുനടന്നു. എന്നോടൊപ്പമിരുന്നു സംഗീതം പൊഴിച്ച നിന്നെ മാത്രം ഞാനവിടെ കണ്ടില്ല. ഓരോ പൂവിന്റെ മുന്നിലും ചെന്ന് ഞാൻ നിന്റെ പേര് ഏറ്റുപറഞ്ഞു. പ്രിയപ്പെട്ടവളേ, ഇപ്പോൾ നീ എവിടെയാണ്? പ്രണയപുഷ്പങ്ങൾ ചൂടി നില്ക്കുന്ന നീ തന്നെ എന്റെയുള്ളിൽ ഒരുദ്യാനമാണ്. ആ ഉദ്യാനത്തിലെ ഏറ്റവും സുന്ദരിയായ ഒരു പൂവ് എന്നെ അമർത്തി ചുംബിക്കുന്നു. തോണിയിലേറി വന്ന ആ പൂവ് ദൈവത്തിനു നേരെ ഒരു ഹൃദയം വച്ചുനീട്ടുന്നു. എനിക്കറിയാം, ആ ഹൃദയത്തിൽ ഞാൻ കൂടി കയറിയിരിപ്പുണ്ടെന്ന്.

ജിബ്രാൻ

ജോസഫൈൻ,

ആപ്പിൾമരങ്ങളിൽ ചിറകുകൾ താഴ്ത്തി
പറന്നിറങ്ങുന്ന മേഘങ്ങളെ ഒരിക്കൽ ദൈവം
ശാസിച്ചു. നിങ്ങൾ പ്രാർത്ഥനകളായി
ദേവാലയമുറ്റത്തു തഴച്ചു വളരുക.
ഞാൻ ദേവാലയത്തിലേക്ക് നടക്കുകയായിരുന്നു.
വഴിയരികിൽ മുറിവേല്ക്കപ്പെട്ട ഒരു ഹൃദയം
വല്ലാതെ സങ്കടപ്പെടുന്നതു കണ്ടു.
ഞാനെന്റെ ഹൃദയത്തിലേക്കു നോക്കി.
അതിപ്പോഴും ഋതുഭേദങ്ങളുടെ വളർത്തു
പുത്രിയായി നൃത്തമാടിക്കൊണ്ടിരിക്കുന്നു.
സൂര്യാഭിമുഖം നിന്നു കേഴുന്ന ഈ പാവം
ഹൃദയത്തെ എനിക്കു സ്വന്തമാക്കണമെന്നുണ്ട്.
അത്ഭുതം. പ്രാർത്ഥനകൾ ഒന്നൊന്നായി
എന്റെ ചുറ്റും പ്രകാശവർഷം ചൊരിയുന്നു.
എന്റെ ആത്മാവിലേക്കത് സ്വർണ്ണനാളങ്ങൾ
ഉരുക്കിയൊഴിച്ചു. ഹൃദയമുറിവുകൾക്ക്
നേരെ പ്രാർത്ഥനകൾ ചിറകുവയ്ക്കുന്നത് ഞാൻ
ശരിക്കും കണ്ടു. പ്രാർത്ഥനകൾക്കു നടുവിൽ
നീ നില്ക്കുമ്പോൾ നിശ്ശബ്ദതയിൽനിന്നു
സംഗീതമുണരുന്നത് ഞാൻ ആസ്വദിക്കാറുണ്ട്.

ജിബ്രാൻ

ജോസഫൈൻ,

ഞാൻ പറഞ്ഞില്ലേ പുഴയ്ക്കെന്റെ പേരറിയാമെന്ന്, പ്രിയപ്പെട്ടവനേയെന്ന് നീയെന്നെ വിളിക്കുംപോലെ യാണ് ഓരോ പുഴയും എന്നെ സ്വാഗതം ചെയ്യുന്നത്. അതു കേട്ടിട്ടാകണം പുഴയ്ക്കപ്പുറത്തു നിന്ന് മുഖമുയർത്തി നോക്കിയ പൂമരത്തിലിരുന്ന കിളിയും എന്നെ സ്വാഗതം ചെയ്യുന്നത്. ഒരിക്കൽക്കൂടി നീയെന്നെ പ്രിയപ്പെട്ടവനേ എന്ന് വിളിക്കൂ. ഈ സുന്ദരപ്രപഞ്ചം അതുകേട്ട് എന്നെ അങ്ങനെ തന്നെ വിളിക്കട്ടെ. അപ്പോൾ മാത്രം ഇരുൾച്ചിറകുകൾ മാറ്റി ഭൂമിയിലേക്കൊരു പ്രകാശവഴി പറന്നുവരും. ഗായികയായ പക്ഷിക്ക് നീ എനിക്കായി എഴുതിയ ഗാനങ്ങൾ ചൊല്ലി ക്കൊടുക്കണം. അതു പർവതശൃംഗങ്ങളിലിരുന്ന് ആ ഗാനങ്ങൾ മധുരമായി ആലപിക്കട്ടെ. അതുകേട്ട് പുഴയും പൂക്കളും കിളികളും നമ്മെ സ്നേഹിക്കട്ടെ. സ്നേഹിച്ചു സ്നേഹിച്ചു നമ്മെ സ്വന്തമാക്കട്ടെ.

ജിബ്രാൻ

മേയ്സിയാദ,

തളിർത്ത ഈ ഹേമന്തരാവിന് ആരാണ് നിന്റെ അളകങ്ങളുടെ ചന്തം പകർന്നുകൊടുത്തത്. അപരിചിതമായതെന്തും ഉപേക്ഷിക്കപ്പെടേണ്ടതല്ലേ? പക്ഷേ, ഉപേക്ഷിക്കപ്പെടേണ്ടതായി ഒന്നുമില്ലെന്ന് ദൈവം ഇതാ മേഘജാലകം തുറന്നു വിളിച്ചു പറയുന്നു. ദൈവം ഇതാ തൂവലുകൾകൊണ്ടൊരു മംഗല്യകിരീടമൊരുക്കി രാവിനു സമ്മാനിച്ചിരിക്കുന്നു. ദൈവത്തിന്റെ അളവറ്റ ആനന്ദത്തിൽ നമുക്ക് അസൂയ തോന്നിയെങ്കിൽ തെറ്റെന്ത്? ദൈവം നിനക്കു തന്ന പാരിതോഷികങ്ങൾ ഒന്നൊന്നായി ഈ രാവിനു നേരെ ഉയർത്തിക്കാട്ടൂ. മംഗല്യകിരീടമണിഞ്ഞ ഈ രാവ് സ്വപ്നങ്ങൾ പെയ്തിറങ്ങുംവരെ നിന്നെയോർത്തു ലജ്ജാവിവശയാകട്ടെ.

ജിബ്രാൻ

പ്രിയപ്പെട്ട ബാരീ,

എനിക്കു കാണാം, തേനീച്ചകളും പുഷ്പങ്ങളും ആലിംഗനത്തിൽ സ്വയം മറന്നുപോകുന്നത്. ഗ്രീഷ്മതാപത്തിൽ നിന്നു തണലിടം തേടിയെത്തുന്ന കൊയ്ത്തുകാർ ഇവരുടെ ആലിംഗനം ശ്രദ്ധിക്കുന്നതേയില്ല. തേനീച്ചകളും പുഷ്പങ്ങളും അപ്പോൾ നഗ്നരാണ്. പുഷ്പാധരങ്ങൾ തേനീച്ചകൾ ഈമ്പിക്കുടിക്കുന്നു. പുഷ്പാധരങ്ങളിൽ വീണ്ടും വീണ്ടും തേൻകുടങ്ങൾ നിറഞ്ഞുകൊണ്ടേയിരിക്കുന്നു. എന്തൊരത്ഭുതമാണിത്. ദൈവത്തിനോട് ഞാനീ അത്ഭുതം പങ്കുവച്ചു. ദൈവത്തിന്റെ മധുമന്ദഹാസം ഇപ്പോഴും എന്റെ കൺകളിലുണ്ട്. സമുദ്രതീരത്ത് നമുക്കൊരുദ്യാനം ഒരുക്കിക്കൂടെ. തേനീച്ചയും പുഷ്പവുമാകാൻ ദൈവം നമ്മെ അനുവദിച്ചിരിക്കുന്നു. നമ്മൾ എത്ര അനുഗൃഹീതരാണ്.

ജിബ്രാൻ

ജെ,

കൊടുങ്കാറ്റുകളെ സൃഷ്ടിച്ച ദൈവം ഇളംകാറ്റിന്റേയും നാഥനായിരിക്കുന്നു. പർവത ശിഖരത്തിലിരുന്ന് ഉദയാസ്തമയങ്ങൾ കാണാൻ ഞാൻ നിന്നെ എത്രയോ കാലമായി ക്ഷണിക്കുന്നു. നമുക്കിവിടെയിരുന്നാൽ സമുദ്രസംഗീതം കേൾക്കാം. വിദൂരതയിൽ ഒഴുകിമറയുന്ന കപ്പൽപായ്കളിൽ പറ്റിച്ചേർന്ന ജലനക്ഷത്രങ്ങളെ കാണാം. ഇവിടെ ദൈവം ശിശിരഭംഗിയിൽ ഒരു വിരുന്നുശാല ഒരുക്കിയിരിക്കുന്നു. നമുക്കിവിടെയിരുന്ന് മുന്തിരിത്തോട്ടങ്ങളുടെ ചിത്രങ്ങൾ വരയ്ക്കാം. നിന്റെ സുഗന്ധനിശ്വാസങ്ങൾ എന്നിൽനിന്ന് അടർത്തിയെടുക്കാൻ ഒരു കൊടുങ്കാറ്റിനോടും ദൈവം ആജ്ഞാപിച്ചിട്ടില്ല. പ്രിയപ്പെട്ടവളേ, ഫലവൃക്ഷങ്ങളും ആട്ടിൻപറ്റങ്ങളുമില്ലാത്ത താഴ്വാരത്തിൽ നമുക്ക് എത്രകാലം സന്ധ്യകൾ കണ്ടിരിക്കാനാകും. കൊടുങ്കാറ്റിനെയും ഇളംകാറ്റിനെയും സൃഷ്ടിച്ച ദൈവം നമുക്കുവേണ്ടി ഗാനമാലപിക്കുന്നു. തൃഷ്ണകളുടെ ആകാശഗോപുരത്തിലിരുന്ന് നമുക്കു ഗാനമാസ്വദിക്കാം.

ജിബ്രാൻ

പ്രിയപ്പെട്ടവളേ,

ഒരാപ്പിൾ പകുത്തു നീ എനിക്കു തന്നു. ഓക്കുമരത്തിലിരുന്ന നക്ഷത്രമുഖമുള്ള ഒരു കവിത അതു കണ്ടു. അവൾ ഓർഫീസിലെ പർവതങ്ങളോടും സമുദ്രങ്ങളോടും അതു വിളിച്ചു പറഞ്ഞു. തടാകങ്ങളും മുന്തിരിത്തോട്ടങ്ങളും എന്നോട് അക്കാര്യം ഇപ്പോഴും ചോദിച്ചു കൊണ്ടേയിരിക്കുന്നു. പ്രണയത്തിന്റെ ഗുപ്തഗ്രന്ഥികളിൽ ഒഴുകിപ്പരന്ന ഋതുക്കളെ നീ എന്തിനാണു പ്രപഞ്ചത്തിനു മുന്നിൽ പരസ്യപ്പെടുത്തിയത്. മഞ്ഞുതുള്ളി പോലുള്ള ഒരാപ്പിൾ നീ എന്തിനാണ് ചുംബനം പകുക്കും പോലെ പകുത്തെടുത്തത്. നമ്മുടെ പ്രണയ ദിഗംബരത്തിനു നേരെ ഇതാ ദൈവം ഇന്ദ്രിയോന്മാദ സുഗന്ധം വാരി വിതറുന്നു. ഇതാ അവന്റെ ചിറകുകളിൽ നിന്നൊരു ശരത്കാലരാവ് മുന്തിരിച്ചാറു നിറച്ച പാനപാത്രങ്ങൾ നമുക്കായ് നീട്ടുന്നു. ഒരാപ്പിൾ പോലെ നമുക്കീരാവിനെ കടിച്ചുമുറിച്ചു തിന്നാം.

ജിബ്രാൻ

മേരി ഹാസ്കൽ,

സമുദ്രസ്നാനം കഴിഞ്ഞെത്തിയ നക്ഷത്രമത്സ്യങ്ങൾ
ആത്മോദ്യാനത്തിൽ നിന്നെ കാത്തിരിക്കുന്നു.
നീ പ്രണയകിരീടമണിഞ്ഞ്, തളിർത്ത
ഹൃദയതാലമെടുത്ത് അവർക്കു വിരുന്നൊരുക്കുക.
വീണാതന്ത്രികളിലൊഴുകുന്ന നിന്റെ
ജലവിരലുകൾ അവരുടെ സിരകളിൽ
സ്പർശിക്കട്ടെ. ദേവാലയത്തിൽനിന്നും മടങ്ങുംവഴി
ഞാൻ നഗ്നയായ ഒരാപ്പിൾമരത്തിനെ കണ്ടു.
അവൾ ഏറെ പരിക്ഷീണിതയാണ്. അവളെന്നോട്
നക്ഷത്രമത്സ്യങ്ങളെക്കുറിച്ചു പറഞ്ഞു.
നക്ഷത്രമത്സ്യങ്ങൾ മാലാഖമാരെപ്പോലെ
സുന്ദരിമാരാണ്. അവർ വിശുദ്ധഹൃദയങ്ങളാൽ
നിന്നെ സ്വർഗ്ഗോദ്യാനത്തിലേക്കു ക്ഷണിക്കും.
പ്രിയപ്പെട്ടവളേ, നീ പോകും മുൻപ്
ജലവിരലുകളിൽ ഒഴുകിപ്പരന്ന അപൂർവ്വരാഗങ്ങൾ
എന്റെ ഹൃദയത്തിനുവേണ്ടി ഒരിക്കൽക്കൂടി
മീട്ടിയാലും.

ജിബ്രാൻ

പ്രിയപ്പെട്ട ജെ,

മുന്തിരിവള്ളികൾ കാണുമ്പോഴെല്ലാം നിന്റെ
തളിർത്ത വിരലുകളാണ് ഓർമ്മ വരിക.
ഈ വിരലുകൾ കൊണ്ടാണല്ലോ നീ എന്റെ
ഹൃദയത്തെ തഴുകുന്നതെന്ന് ഓർക്കുമ്പോൾ
എന്റെ ചുണ്ടുകൾ കൊതിക്കുന്നു.
വെളുത്ത തൂവലുകളാൽ അലങ്കരിച്ച ഈ
പക്ഷിക്കൂട്ടിൽ തനിച്ചിരിക്കാൻ നിനക്കു ഭയമില്ലേ?
ഞാൻ വരുമെന്നോർക്കേ, നിനക്കുള്ളിൽ കിടന്നു
തുടിക്കുന്ന നിമിഷങ്ങളെ ഞാനറിയുന്നുണ്ട്.
പ്രിയപ്പെട്ട സുന്ദരീ, വരൂ ഈ ഹൃദയ
വിപഞ്ചിയിൽ നിന്ന് എന്റെ കാമനകളെ
സ്വതന്ത്രമാക്കൂ. മുന്തിരിവള്ളിപോൽ കൊത്തിവച്ച
ഈ വിരലുകളാൽ എന്റെ മിഴികളിലെ രാവുകളെ
തുടച്ചുകളയൂ. ഈ രാവ് എത്ര ഭാഗ്യവതിയാണ്.
നിന്റെ ചുണ്ടുകൾ തൊടുമ്പോൾ അവൾ പ്രകാശം
പോലെ പൊട്ടിച്ചിരിക്കുന്നത് എനിക്കിപ്പോഴും
സ്വപ്നം കാണാൻ കഴിയും.

ജിബ്രാൻ

പ്രിയപ്പെട്ടവളേ,

പ്രാർത്ഥിക്കുമ്പോൾ നമുക്കു ചുറ്റും
ശലഭങ്ങളുടെ ഒരുത്സവം നടക്കുകയായിരുന്നു.
ആരവങ്ങൾക്കിടയിൽ നിന്നെയൊന്നു
ചുംബിക്കുവാൻ ഞാനേറെ ശ്രമപ്പെട്ടു.
നീ സ്വപ്നങ്ങൾ ഒന്നൊന്നായി കോർത്ത്
എനിക്കൊരു പാരിതോഷികം തന്നു. ഈ രാവ്
പെയ്തിറങ്ങുമ്പോൾ ഞാനതു തുറന്നു നോക്കും.
അതിനുള്ളിൽ നിന്റെ തുടിക്കുന്ന ഹൃദയമാണെന്ന്
എനിക്കറിയാം. സ്നേഹിക്കുന്ന ഹൃദയങ്ങൾക്കു
മാത്രമേ ദൈവം പാരിതോഷികങ്ങൾ നൽകൂ.
ദൈവം തന്ന വാക്കുകൾ നീ എന്തിനാണ്
മുന്തിരിച്ചാറിൽ ഒളിപ്പിച്ചുവച്ചത്.

ജിബ്രാൻ

ജെ,

ജന്മജന്മാന്തരങ്ങളിൽ നിന്നാരംഭിച്ച്
അനാദിയിലേക്കൊഴുകുന്ന ഒരു നദിയുണ്ടെന്റെ
ഉള്ളിൽ. ആ നദിക്ക് ഞാൻ നിന്റെ പേരു
വിളിക്കുന്നു. വിശുദ്ധവും മുന്തിരിച്ചാറു പോലെ
മുഗ്ദ്ധവുമായ ആ നദിയുമായി ഞാൻ
വല്ലാത്തൊരു പ്രണയത്തിലാണ്. എന്നെ അവൾ
മുളങ്കാടുകളിലേക്കും, ഹരിതാഭകളിലേക്കും
ക്ഷണിക്കുന്നു. അവൾ എനിക്കുവേണ്ടി
നിലാവലകളാൽ തുന്നിയ രാഗങ്ങൾ
ഒരുക്കിവച്ചിരിക്കുന്നു. കണ്ണടയ്ക്കുമ്പോഴെല്ലാം
അവളുടെ തളിർത്ത ചുണ്ടുകൾ എന്നെ മെല്ലെ
വന്നു തൊട്ടു വിളിക്കുന്നു. പ്രിയപ്പെട്ടവളേ,
വനസരോവരങ്ങളും മുളങ്കാടുകളും വിട്ടിറങ്ങിയ
നിന്നെ എന്റെ ഹൃദയം എന്നേ ഏറ്റുവാങ്ങിക്കഴിഞ്ഞു.

ജിബ്രാൻ

മേരി എലിസബത്ത് ഹാസ്കൽ,

ഏകാന്തതയിലേക്ക് ജാലകം തുറന്നിട്ട് നീയെന്നെ വിരുന്നിനു ക്ഷണിക്കുന്നു. ഞാൻ പക്ഷിക്കൂട്ടങ്ങളോടും പുല്ക്കൊടികളോടും നിന്റെ ക്ഷണം ഏറ്റുപറഞ്ഞു. അവർ ജലവിരലുകളിൽ പിടിച്ചുനീന്തുന്ന തോണികളോടതു പറഞ്ഞു. തോണികൾ കടലിനോടു പറഞ്ഞു. ഇതെല്ലാവരും അറിഞ്ഞിരിക്കുന്നു. എന്നുള്ളിൽനിന്ന് ഏകാന്തത പോയ്മറഞ്ഞിരിക്കുന്നു. പ്രണയിക്കുമ്പോൾ മാത്രം ഏകാന്തത ഒരു പുഴ പോലെ എന്നിലേക്കു വന്നുചേരുന്നു. ആ പുഴയുടെ തീരങ്ങളിൽ പടർന്നുകയറിയ പക്ഷിക്കൂട്ടങ്ങൾ, അതിനപ്പുറം മുഖമുയർത്തി നിൽക്കുന്ന പുൽക്കൊടികൾ, അതിനുമപ്പുറം പറന്നുയരുന്ന വെള്ളിപ്പറവകൾ, പ്രേമമേ, സ്വപ്നം കാണുമ്പോഴെല്ലാം നീ എന്തിനാണു വല്ലാതെ മിടിക്കുന്നത്. ഞാൻ നിന്നെ കടലോളം സ്നേഹിക്കുന്നുണ്ടല്ലോ.

ജിബ്രാൻ

പ്രിയപ്പെട്ട മേയ്സിയാദാ,

മുന്തിരിച്ചാറിൽ സ്നാനപ്പെട്ട നിന്റെ ചുണ്ടുകളെ ചുംബിക്കുമ്പോൾ ഞാനാ സ്വാദ് അനുഭവിക്കുന്നുണ്ട്. പ്രണയസങ്കല്പങ്ങളാലലങ്കരിച്ച നിന്റെ മാറിടത്തിലേക്കു മുന്തിരിച്ചാറിന്റെ മധുമുകുളങ്ങൾ സഞ്ചരിക്കുമ്പോൾ ഞാനറിയാതെ വാടിപ്പോകുന്നു. പെയ്തിറങ്ങുന്ന നിലാവിലകൾ കൊണ്ട് ഞാൻ നിന്റെ നഗ്നതയെ മറയ്ക്കട്ടെ. ഇണപ്പക്ഷികളിലൊന്ന് രാവിന്റെ ചില്ലയിലിരുന്നു പാടുന്നത് നീ കേൾക്കുന്നില്ലേ? ഇതാ ഞാനൊരു തൂവലായ്, പക്ഷിയായ് നിന്നിലേക്കു വരുന്നു. പ്രണയമുറിവുകൾ അലങ്കരിച്ച എന്റെ ഹൃദയത്തിലേക്ക് നീ മുന്തിരിപ്പാത്രം കമഴ്ത്തൂ.

ജിബ്രാൻ

ജെ,

ഒരു നിമിഷം മാത്രം മതി എനിക്ക് ഈ രാവിലൂടെ
തുഴഞ്ഞുമറയാൻ, പക്ഷേ, നക്ഷത്രങ്ങൾ എന്നെ
അതിനനുവദിക്കുന്നില്ലല്ലോ. ഞാൻ തുഴഞ്ഞ
ദൂരങ്ങൾ നിശ്ചയമില്ല. ഇപ്പോഴും അവരെന്റെ
ശിരസ്സിനു മുകളിലുണ്ട്. 'നക്ഷത്രങ്ങളേ
എന്നെ കാത്തുകൊള്ളേണമേ' എന്നു പറഞ്ഞു
വിട്ടതു നീയാണോ? എങ്കിൽ നക്ഷത്രങ്ങളിലൊന്ന്
നീയാണെന്ന് എനിക്കറിയാം.... പക്ഷേ, ഞാൻ
ഭയപ്പെടുന്നു. നീയില്ലാത്ത ഈ വേനൽക്കാലം
പുഴയെ തളർത്തുകില്ലേ. ഇതാ, ഈ തോണിയുടെ
ഹൃദയം ജലാർദ്രമായ ഓർമ്മകൾക്കുവേണ്ടി
ദാഹിച്ചു കിടക്കുന്നു. പുഴയ്ക്കപ്പുറമുള്ള
സന്ധ്യകൾ നീ കൊരുത്തിട്ട ജപമാല പോലെ
ഭംഗിയാർന്നത്. നീയെന്നെ ഇപ്പോൾ ചുംബിച്ചു
തുടങ്ങിയിരിക്കുന്നു. ചുംബിക്കുമ്പോൾ മാത്രം
ദൈവം നമുക്കു ചിറകുകൾ തരുമെന്ന്
നമ്മളിലൊരാൾ വരച്ചു വച്ചിട്ടുണ്ട്.
പ്രിയപ്പെട്ടവളേ, ഇന്നലെ രാവിൽ ഞാൻ കൊത്തി
വച്ച ശില്പങ്ങളെല്ലാം ദൈവം മടക്കി ചോദിക്കുന്നു.
പൂവുകൾക്കിടയിലേക്കു നിന്നെ മറച്ചുപിടിച്ചുകൊണ്ട്
ദൈവത്തോടു ഞാൻ സംസാരിക്കട്ടെ.

ജിബ്രാൻ

പ്രിയപ്പെട്ട ബാരി,

എനിക്കറിയാം ഭൂമിയോളം മുഗ്ദ്ധമായൊരു പ്രണയവുമില്ലെന്ന്. നിലാവിന്റെ രജതസ്വപ്നങ്ങളിൽ ഒരുങ്ങിക്കിടക്കുന്ന ഭൂമിയിൽ നിറയെ മാലാഖമാരുണ്ടാകും. അവരുടെ ചിറകുകളിൽ ഹിമബിന്ദുക്കൾ പോലെ മിന്നുന്ന നക്ഷത്രക്കല്ലുകൾ. ഞാൻ ഭൂമിയിലേക്ക് ഇറങ്ങിവന്ന് ചിറകുകളൊന്നായി തഴുകി നക്ഷത്രങ്ങളെ എണ്ണുന്നു. അതിലൊന്നിൽ നീ ഒളിച്ചിരിപ്പുണ്ടെന്നു ഞാൻ കരുതിയിരുന്നില്ല. ഞാൻ ചുംബിക്കുമ്പോഴെല്ലാം നീ എന്നോടു പരിഭവിച്ചുകൊണ്ടിരുന്നു. എനിക്കത് എന്താണെന്ന് അറിയാം. ഞാൻ നിന്നെ അമർത്തി ചുംബിച്ചിരുന്നില്ല. നീ എന്റെ ഹൃദയത്തിലേക്കു നോക്കൂ. ഒറ്റനക്ഷത്രത്തിന്റെ ഋതുകാന്തി ഹൃദയത്തിലാകെ നിറം പിടിപ്പിച്ചിരിക്കുന്നു. ആ നിറം നിന്റെ ചുംബനങ്ങളിൽ നിന്നു വിരിഞ്ഞ സിന്ദൂരമാണ്. ഒരു കവിക്കും സ്വന്തമാക്കാൻ കഴിയാത്ത സിന്ദൂരം.

ജിബ്രാൻ

പ്രിയപ്പെട്ട ജോസഫൈൻ,

നീ പാട്ടുകൾ പാടിക്കൊണ്ടേയിരിക്കുക.
നീ പാടുന്ന ഓരോ ഗാനവും എന്റെ കേൾവിയിൽ
എത്രയെത്ര ഉദ്യാനങ്ങളൊരുക്കിയിരിക്കുന്നു.
ഇന്നിതാ എന്റെ മൃദുവായ, അതിലും മൃദുവായ
ഗാനനിർഝരി ആസ്വദിക്കാൻ ഒരതിഥി കൂടി
എന്നോടൊപ്പമുണ്ട്. മേഘകല്പടവുകളിൽ
നിന്നിറങ്ങി ഭൂമിയിലേക്കു വന്ന ഒരു
മാലാഖയാണവൾ. ഒരു വാക്ക്. നിന്നെപ്പോലെ
തന്നെ അവളും ഋതുക്കളുടെ പാരിതോഷികമാണ്.
കാണെക്കാണെ തിടംവയ്ക്കുന്ന ഒരഴക്.
ഞാനവളെ പ്രണയമെന്നു വിളിക്കട്ടെ.
വിളിക്കുമ്പോഴെല്ലാം അവൾ കുലീനത്വമുള്ള ഒരു
ചുംബനം എനിക്കു തരാനായി ഓടി എത്താറുണ്ട്.
ഞാനിതാ എന്റെ ശലഭസ്വപ്നങ്ങൾ നിങ്ങൾക്കു
വേണ്ടി പകുക്കുന്നു. എന്റെ സ്വപ്നഹൃദയം
പങ്കിട്ടെടുത്ത നിങ്ങൾ എനിക്കു വേണ്ടി
ഒരിക്കൽക്കൂടി പാടൂ. ഞാനെന്നെ മറക്കട്ടെ.

ജിബ്രാൻ

പ്രിയപ്പെട്ട ബാരി,

സ്വപ്നവിരലുകളാൽ നീ പിയാനോ വായിക്കുന്നു. നിന്റെ വിരലുകൾ ദൈവത്തിന്റെ സ്നിഗ്ദ്ധമായ വിരലുകൾ പോലെ എത്ര ശാന്തമാണ്. പിയാനോവിൽ തൊടുമ്പോഴെല്ലാം നീ ദൈവത്തെയാണു സ്പർശിക്കുന്നത്. ഏതോ ഒരജ്ഞാതമായ ധ്യാനമണ്ഡപത്തിൽനിന്ന് ഉണർന്നെഴുന്നേല്ക്കുന്ന ഒരനുഭവമുണ്ടതിന്. അതുകൊണ്ടായിരിക്കാം നീ തടാകത്തിലൂടൊഴുകി പുതിയൊരു തീരത്തു വന്നെത്തുമ്പോഴെല്ലാം ഞാനവിടൊരു പുൽക്കൊടിയായെങ്കിലും നില്ക്കാൻ ആഗ്രഹിക്കുന്നത്. ഭൂമിയിലൊരിടത്ത് സ്വർഗ്ഗത്തിലേക്കു തുറക്കുന്ന ഒരു നടപ്പാതയുണ്ട്. അതെന്റെ സ്വപ്നത്തിലിപ്പോഴുമുണ്ട്. അവിടേക്കുള്ള വഴികളിൽ ശിശിരം മാലാഖാമുഖമുള്ള തളിരുകൾ പൊഴിച്ചിട്ടിരിക്കുന്നു. ഇളംകാറ്റിൽ സ്വപ്നങ്ങൾക്കപ്പുറം ദൈവമുഖമുള്ള ഒരു വനഗായകൻ ഇപ്പോഴും പാടുന്നുണ്ട്. ദൈവം നിനക്കു പാരിതോഷികമായി തന്ന പിയാനോ അല്പനേരം ഗായകന്റെ നാദത്തിനൊപ്പം മീട്ടുക. മാലാഖമാരുടെ വിരലുകൾക്ക് ദൈവത്തെ ചുംബിക്കാനറിയാമെന്ന് ഈ പുൽക്കൊടികൾ കാണട്ടെ.

ജിബ്രാൻ

പ്രിയപ്പെട്ട എമിലീ,

പുഴയിലെ പരൽമീനുകളെ കാണുമ്പോൾ
ഞാനറിയാതെ ചിത്രശാലയിലേക്കു പാഞ്ഞുപോകും.
അവിടെ കൊളുത്തിയിട്ടിരിക്കുന്ന ഓരോ
ഛായാപടങ്ങളിലും ഇനിയും വരച്ചുതീർത്തിട്ടില്ലാത്ത
മിഴികളുടെ ചന്തം എന്നെ കാത്തിരിക്കുന്നുണ്ടാകും.
പക്ഷേ, ഒന്നുമാത്രം എനിക്കു മനസ്സിലാകുന്നില്ല.
കുട്ടിക്കാലത്ത് ഉദ്യാനത്തിൽ വച്ച് നീ ചുംബിച്ച
പുഷ്പാധരങ്ങളിലെല്ലാം നിന്റെ മിഴികളുടെ
ഭംഗിയുണ്ടായിരുന്നു. ആ ഉദ്യാനം ഇന്നെവിടെയാണ്.
ഉദ്യാനങ്ങളില്ലാത്ത എന്റെ ചിത്രശാലയിലേക്ക്
നീ എന്നാണു വസന്തവുമായി വിരുന്നിനെത്തുക.
എന്റെ ചിത്രങ്ങളിലാകെ നീ ചുംബിക്കുക.
ചുംബിക്കുമ്പോഴെല്ലാം ഋതുക്കൾ
നഗ്നരൂപിണികളായി വരുന്നതു ഞാൻ കാണാറുണ്ട്.
എനിക്ക് നിന്നോടു പങ്കുവയ്ക്കാനുള്ള ഹൃദയം
ഇതാ വല്ലാതെ ചിണുങ്ങുന്നു.

ജിബ്രാൻ

പ്രിയപ്പെട്ട ബാരി,

ഇന്നലത്തെ രാവ് എന്നോടൊപ്പം
ഇപ്പോഴുമുണ്ട്. എന്റെ ശിരസ്സിനു മുകളിൽ
പേരറിയാപക്ഷികൾ കൂട്ടം കൂട്ടമായി പറന്നുവന്ന്
നൃത്തം ചവിട്ടുന്നുണ്ടായിരുന്നു. അവയുടെ
ചുണ്ടുകൾക്കുള്ളിൽ പ്രാർത്ഥനകളായിരുന്നു.
അവർ ആകാശത്തേക്ക് ഇടയ്ക്കിടെ നോക്കി
അജ്ഞാതഭാഷയിൽ എന്തൊക്കെയോ
മന്ത്രിക്കുന്നുണ്ടായിരുന്നു. ഞാനിന്നലത്തെ
രാവിനെ വല്ലാതെ സ്നേഹിച്ചു പോയി.
ഞാനോർമ്മിക്കുകയായിരുന്നു, പിയാനോ
ഹൃദയത്തിലേക്കമർത്തി എത്ര ശാന്തതയോടെയാണ്
നീ ഉറങ്ങിയിട്ടുണ്ടാവുക. പക്ഷികൾക്ക് നിന്റെ നാദ
സുഗന്ധത്തിൽ അഭിരമിക്കണമായിരുന്നു.
അവരെന്നോട്, എന്റെ ശിരസ്സിൽ കയറിനിന്ന്
ഇതാവശ്യപ്പെട്ടുകൊണ്ടേയിരുന്നു.
കാത്തിരിക്കുവാൻ അവർക്കു മടിയില്ലായിരുന്നു.
ഞാനവരെ ഒരുപാട് സ്നേഹിച്ചുപോയി. നേരം
വെളുക്കുംവരെ ഞാൻ പ്രാർത്ഥിക്കുന്നുണ്ടായിരുന്നു.
മുന്തിരിവള്ളികളും വനസരോവരങ്ങളുമില്ലാത്ത
നിമിഷങ്ങളിലേക്ക് എന്നെ നീ ക്ഷണിക്കരുതേ എന്ന്.

ജിബ്രാൻ

എമിലി മിഷേൽ,

സ്വർഗ്ഗത്തിൽ നിന്ന് ഭൂമിയിലേക്കു തുറക്കുന്ന
ഒരു വാതിൽ. അതിലൂടെയാകണം
എന്റെ പ്രിയപ്പെട്ടവളേ നീ ഒഴുകി വന്നത്.
എന്റെ സ്റ്റുഡിയോയിൽ ഒരുക്കിവച്ചിരുന്ന
വസന്തത്തിന്റെ മാറിടങ്ങളിൽ നീ ഇപ്പോഴും
അലിഞ്ഞു കിടക്കുന്നു. ഞാൻ നിന്നെ,
അതെ, നിന്റെ തളിർത്ത ലാവണ്യത്തെ എഴുതാൻ
ശ്രമിക്കുമ്പോഴെല്ലാം നിന്റെ മധുരോക്തികൾ
വന്നെന്നെ ചുംബിക്കുന്നു. പ്രണയത്തിന്
പാതിരാപ്പൂവിന്റെ ചന്തമാണുള്ളതെന്നു നീ
വിളിച്ചു പറഞ്ഞു. അതിനാലാവണം നിന്റെ
അധരങ്ങളുടെ സ്ഥാനത്ത് പാതിരാപ്പൂക്കളെയാണു
ഞാൻ വരച്ചു വച്ചത്. പ്രിയപ്പെട്ടവളേ,
ഏതു വർണ്ണമൊരുക്കിയാണ് ഞാൻ നിന്റെ
ഹൃദയം വരയ്ക്കുക. വരയ്ക്കുമ്പോഴെല്ലാം
നിറങ്ങൾ വന്ന് എന്നെ കവർന്നു കൊണ്ടുപോകും
പോലെയാണ് തോന്നുക. നീ ഇപ്പോഴും എന്റെ
ഹൃദയം സൂക്ഷിക്കുന്നുണ്ടല്ലോ?

ജിബ്രാൻ

പ്രിയപ്പെട്ട ഹാരാ,

മുന്തിരിത്തോട്ടങ്ങളെ സൃഷ്ടിച്ച ദൈവം നിഷ്കളങ്കമായ ലഹരി എനിക്കു പകർന്നു തരുന്നു. ഞാനപ്പോൾ നിന്റെ തളിർത്ത ചുംബനങ്ങളിൽ മയങ്ങിക്കിടക്കുകയായിരുന്നു. നീയെന്റെ ചുണ്ടുകളിൽനിന്നൊരു മന്ദഹാസമെടുത്തു നിന്റെ ചുണ്ടുകളിലേക്കു വച്ചു. ഹാ, എന്തൊരു ലഹരി. വികാരസാന്ദ്രമായ നിമിഷങ്ങൾ ഇനി വരുമോ? കൊതിതീരും വരെ നീ എനിക്കുവേണ്ടി പൂത്തുനില്ക്കണമെന്നു പറഞ്ഞിട്ട് എന്തേ മേഘോദ്യാനങ്ങൾക്കുള്ളിൽ മറഞ്ഞു കളഞ്ഞു. ഞാനിവിടെയുണ്ട്. ഋതുക്കളുടെ വരവ് ഞാൻ പ്രതീക്ഷിച്ചിരിക്കുകയാണ്. ഋതുക്കളുടെ റാണിയായി ആദ്യമെത്തുന്നത് നീയാണെന്നു ഞാനറിഞ്ഞിരിക്കുന്നു. പ്രിയപ്പെട്ടവളേ, ഞാൻ കാത്തിരിക്കുന്നു എന്നു പറഞ്ഞപ്പോൾ നീ എന്തിനാണ് ഒരു പൂമരം പോലെ തുടുത്തു നിന്നത്?

ജിബ്രാൻ

ജോസഫൈൻ,

ഞാൻ നിന്നോടു പറഞ്ഞിരുന്നല്ലോ, ഓർമ്മകൾക്കും ഓക്കുമരത്തിനും ഒരേ ആയുസ്സാണെന്ന്. ഞാൻ പറയുമ്പോഴെല്ലാം നീ എനിക്കുവേണ്ടി ചിറകുകൾ തുന്നുകയായിരുന്നു. എന്റെ വാക്കുകൾക്ക് മുന്തിരിപ്പഴത്തിന്റെ മാധുര്യമുണ്ടായിരുന്നതായി കാലം കഴിഞ്ഞ് ഭൂമിയിലാരോ കുറിച്ചുവച്ചിരിക്കുന്നു. എനിക്കപ്പോഴെല്ലാം ഭൂമിയോടു വല്ലാത്തൊരു പ്രണയം തോന്നാറുണ്ട്. നീ എനിക്കുവേണ്ടി തുന്നിയ ചിറകുകൾ വിടർത്തിയാണ് ഞാനിപ്പോൾ ഭൂമിയിലെത്തിയിരിക്കുന്നത്. ദേവാലയത്തിന്റെ പടവുകളിലൊന്നിൽ നീയൊരു പ്രാർത്ഥനയായി നില്ക്കുന്നത് ഞാൻ കണ്ടു. നീ ഇപ്പോഴും ഓർമ്മകളോടും ഓക്കുമരത്തിനോടും സല്ലപിക്കാറുണ്ടോ? പ്രിയപ്പെട്ടവളേ, ഞാൻ തുന്നിയെടുത്ത വർണ്ണചിറകുകളൊന്ന് നിനക്കുള്ളതാണ്. മിന്നാമിനുങ്ങുകളോടൊപ്പം നീ താഴ്വാരം ചുറ്റുമ്പോൾ ഇടയ്ക്കിടെ വന്നെന്നെ അമർത്തിച്ചുംബിക്കില്ലേ?

ജിബ്രാൻ

പ്രിയപ്പെട്ട എമിലീ,

നീ എന്തിനാണെന്നെ സാന്ത്വനിപ്പിക്കുന്നത്.
ബിസ്ഹാരിയിൽ പെയ്തിറങ്ങിയ
അതേ സന്ധ്യകൾ ഞാൻ കാൻവാസുകൾ നിറയെ
പകർത്തി വച്ചിട്ടുണ്ട്. ഉഷ്ണകാലത്ത് ഞാൻ
തളിർത്ത ഉദ്യാനങ്ങളെയാകും വരയ്ക്കുക.
ശിശിരത്തിൽ ഇലപൊഴിഞ്ഞ മരങ്ങൾ എന്റെ
കാൻവാസിലേക്കു വരും. വസന്തത്തിൽ ഞാൻ
വരയ്ക്കാനിരിക്കുമ്പോഴെല്ലാം പ്രിയപ്പെട്ടവളേ,
നീ എന്തിനാണ് എന്റെ ചായക്കൂട്ടുകൾ
തട്ടിയെടുത്ത് കാൻവാസിലേക്കു കമഴ്ത്തുന്നത്.
പ്രണയിക്കുമ്പോഴെല്ലാം ഞാനാ കാൻവാസിനെ
നെഞ്ചോടമർത്തും. എന്റെ മിഴികൾ,
നിന്റെ അധരത്തിൽ തൊടുമ്പോൾ വിരിയുന്ന
ഒരു ശലഭ നിമിഷം മാത്രം മതി എനിക്ക്.
എനിക്കൊരൊറ്റ നിമിഷം കൊണ്ട് ഈ
പ്രപഞ്ചത്തെയാകെ ചുംബിക്കാനാകും.
ചുംബിക്കുമ്പോൾ നിറങ്ങൾ പരിഭവിക്കുകയോ,
കാൻവാസുകളിലേക്ക് ഓടി മറയുകയോ ഇല്ലല്ലോ.

ജിബ്രാൻ

പ്രിയപ്പെട്ട ജെ,

നീ എഴുതുമ്പോൾ എന്തേ വാക്കുകൾക്കിത്ര
ശലഭഭംഗി വരുന്നതെന്നു ഞാൻ ചിന്തിച്ചു.
ഞാൻ പ്രണയം വരയ്ക്കുമ്പോഴെല്ലാം
നക്ഷത്രങ്ങളെക്കൊണ്ടു കാൻവാസുകൾ
നിറയുന്നു. സ്റ്റുഡിയോയിൽ നിറയെ പൂക്കളുടെ
മദിപ്പിക്കുന്ന വാസന. ഈയൊരു നിമിഷമെങ്കിലും
നിനക്കെന്നെത്തേടി വരാമായിരുന്നില്ലേ? പ്രണയം
ഇത്രമേൽ പരിശുദ്ധമാണെന്നു പറയുമ്പോഴും
എല്ലാറ്റിനേയും (എന്നെയും നിന്നെയും)
എത്ര തീക്ഷ്ണമായാണ് സ്പർശിക്കുന്നത്.
പ്രണയിക്കുമ്പോൾ നമ്മുടെ മനസ്സുകൾ
തടാകങ്ങളെപ്പോലെയാണ്. കാറും കോളും ഒഴിഞ്ഞ
വാനംപോലെ സുന്ദരമായ തടാകം. അതിൽ ഒഴുകി
നടക്കുന്ന നെയ്യാമ്പലുകൾക്കിടയിലൂടെ
ഒരു രാജഹംസം. സഖീ, അതു നീയാണ്.
എന്നെത്തേടിയെത്തുന്ന പ്രണയച്ചിറകുകൾ
നിന്റെ തന്നെയെന്നു ഞാൻ ഉറപ്പിക്കട്ടെ.

ജിബ്രാൻ

പ്രിയപ്പെട്ട ജെ,

നിനക്കെന്നോടുള്ള പ്രണയത്തിന് ഒരു ചകിത
ചാരുതയുണ്ടെന്നു ഞാനിന്നലെ സ്വപ്നം കണ്ടു.
സ്വപ്നത്തിനപ്പുറം ഞാൻ കണ്ട ചാരുതകൾ
നിന്നോടു വിവരിക്കട്ടെ. (എന്റെ വാക്കുകളോട്
നീ ഇപ്പോഴും പരിഭവത്തിലാണല്ലോ.)
ഞാൻ താഴ്വാരത്തിലൂടെ ഒരവധൂതനായി നടന്നു
പോവുകയായിരുന്നു. തെളിഞ്ഞുനിന്നിരുന്ന
ആകാശം പൊടുന്നനെ ഇരുണ്ടു.
തൂവെള്ളിമേഘങ്ങൾ ശ്യാമരൂപികളായി.
നക്ഷത്രക്കുഞ്ഞുങ്ങളെ പേരറിയാത്തൊരു
കൊടുങ്കാറ്റു വന്ന് കവർന്നെടുത്തു.
എവിടെയും സങ്കടത്തിന്റെ കാലൊച്ചകൾ.
ഞാൻ നടുങ്ങിയതേയില്ല. ഞാൻ താഴ്വാരത്തിനു
നടുവിൽ തികച്ചും ഒറ്റപ്പെട്ടവനായി നിന്നു.
എനിക്ക് ഒരാപ്പിൾ മരമാകണമെന്നു തോന്നി.
അടുത്ത നിമിഷം എനിക്കൊരാപ്പിൾ മരമാകാൻ
കഴിഞ്ഞു. ഇനി നിനക്ക് വാക്കുകൾക്കു പകരം
ആപ്പിൾ പഴങ്ങൾ വച്ച് കവിത എഴുതാനാകും.

ജിബ്രാൻ

എമിലീ,

ഈ പുൽക്കൊടിത്തുമ്പു നോക്കൂ. എന്റെ ഹൃദയം
പോലെ എപ്പോഴും അത് വിവർണ്ണമാണ്.
ഒരു ചെറുതെന്നൽ ഇതു വഴി വന്നാൽ, എനിക്കത്
ഓർമ്മിക്കാൻ കൂടി ആകുന്നില്ല. എനിക്കറിയാം,
പുൽക്കൊടി കാറ്റിൽ കൊഴിഞ്ഞു വീണേക്കാം.
പക്ഷേ, എന്നെ താങ്ങി നിർത്തുന്ന ആർദ്രമായ
കരങ്ങൾ നിന്റേതല്ലേ? എനിക്കിപ്പോൾ ഭയം
തോന്നുന്നില്ല. ഇതൊരു സ്വപ്നാടകന്റെ
ജല്പനങ്ങളല്ല. പൂത്തുനില്ക്കുന്ന
താഴ്വാരങ്ങളും ലഹരി പെയ്തിറങ്ങുന്ന രാവുകളും
സ്വപ്നംകണ്ട കണ്ണുകൾകൊണ്ടു തന്നെയാണ്
ഞാൻ നിന്നെയും കണ്ടത്. പ്രിയപ്പെട്ട സഖീ,
നിന്റെ സുഗന്ധാധരങ്ങളിൽ നിന്നൊഴുകുന്ന
മധുനാദങ്ങളാൽ എന്റെ ഹൃദയത്തെ
ചുംബിച്ചുണർത്തുക. പ്രിയപ്പെട്ടവളേ,
നീ എന്നെ തൊടുമ്പോൾ ഞാനെന്തിനാണിത്ര
പുളകിതഗാത്രനാകുന്നത്?

ജിബ്രാൻ

പ്രിയപ്പെട്ട ഹാലാ,

പകൽ മടങ്ങാൻ നേരം രാവിനോടു
പറയുന്നതെന്താണ്. 'തിളച്ചു നുരയുന്ന
ഈ യൗവ്വനം അല്ലയോ രാവേ നിനക്കു തരട്ടെ'
എന്നാണോ. അതോ, അടുത്ത പ്രഭാതം വരെ
നീയെന്നെ ചുംബനങ്ങൾ കൊണ്ട്
അനുഗ്രഹിക്കുമോ എന്നാണോ.
ഇതെന്റെ സ്വപ്നമായിരിക്കാം. ഇതിൽ നിനക്ക്
പരിഭവമൊന്നുമുണ്ടാകില്ല. കാരണം,
നീ വിരിയുന്നതും എന്റെ ചുംബനം
കൊതിക്കുന്നതും മുന്തിരിച്ചാറു പോലെ
വിശുദ്ധമായ ഈ രാവിലാണല്ലോ. മധുരം നിറച്ചു
വച്ചിരിക്കുന്ന ഈ പാനപാത്രം നമുക്കൊരുമിച്ചു
സ്വന്തമാക്കാം. രാപ്പാടികൾ ഇതുവഴി പാടി
വരുമ്പോഴെല്ലാം നഗ്നരായ നാം പ്രാർത്ഥിച്ചു
നില്ക്കുന്നതു കാണട്ടെ. ചിറകുകൾ
നമുക്കുണ്ടായിരുന്നെങ്കിൽ ചക്രവാളത്തിനപ്പുറത്തു
നിന്ന് പ്രാർത്ഥനകളെ കൊണ്ടുവരാമായിരുന്നു.
പ്രാർത്ഥിക്കുമ്പോൾ നിനക്കൊരു മണവാട്ടിയുടെ
മുഖമാണ്. രാവിനും ഇതേ ഛായയുള്ളതിനാൽ
എനിക്കു രാവിനോട് ഒടുങ്ങാത്ത അസൂയയുണ്ട്.

ജിബ്രാൻ

പ്രിയപ്പെട്ട എമിലീ,

ഞാനോർമ്മിക്കുകയായിരുന്നു. ഈ പകലുകൾക്കെന്തിത്ര നിശ്ശബ്ദതയെന്ന്. നിശ്ശബ്ദതയ്ക്ക് ഒരു വാളിന്റെ അഭിജാത സൗന്ദര്യവും തീക്ഷ്ണമായ മിഴികളുമുണ്ട്. നിന്റെ ചെറിത്തോട്ടത്തിലേക്ക് വരുന്ന പകലുകളെ നീ എന്തിനാണ് അരിഞ്ഞു വീഴ്ത്തുന്നത്. (നിന്റെ മൂർച്ചകൾക്ക് ആരോടാണ് കടപ്പാട്). വെയിൽവരമ്പുകളിലൂടെ മെല്ലെ മെല്ലെ ചെമ്മരിയാടുകൾ പോലെ ഒന്നൊന്നായി വന്ന പകലുകൾ എത്ര വേഗമാണു ചെറിപ്പഴങ്ങൾ തിന്നു വമ്പന്മാരായത്. നീയിതെല്ലാം ഇപ്പോഴും ഓർമ്മിക്കുന്നുണ്ടാകുമോ? ഓർമ്മിക്കുന്നെങ്കിൽ ചെറിത്തോട്ടത്തിൽ വച്ച് ഞാൻ നിനക്കു സമർപ്പിച്ച ചുംബനങ്ങളെവിടെ? പ്രിയപ്പെട്ടവളേ,
അടുത്ത രാവ് വരുന്നതിനു മുൻപ് നീ എനിക്കു തരാറുള്ള നഖക്ഷതങ്ങൾ തരിക. പകലുകളിലെ (നീ അരിഞ്ഞു വീഴ്ത്താത്ത) നിശ്ശബ്ദതയെ നോക്കി ഞാനൊന്നുറക്കെ പാടട്ടെ.

ജിബ്രാൻ

മേരി,

വിലോലസുന്ദരമായ കല്പനകളിൽ നിന്നാണ് ഞാൻ നിനക്കായ് തീർത്ത ഈ പ്രണയ ദിഗംബരം കാഴ്ചവയ്ക്കുന്നത്. നിലാവിന്റെ അംഗരാഗങ്ങൾ ഇതിൽ ഞാൻ ചാർത്തിയിരിക്കുന്നു.
നീ കൊതിക്കുന്നുണ്ടാകും, ഒരു പൂമഴ, അല്ലെങ്കിൽ ഒരിളംകാറ്റ് ഇതുവഴിയൊന്നു വന്നിരുന്നെങ്കിലെന്ന്. ഞാൻ പുഷ്പാധരങ്ങളിൽ വീണു കിടക്കുന്ന മഞ്ഞുതുള്ളികളെ സാക്ഷി നിർത്തി പറയട്ടെ, ഒരു കൊടുങ്കാറ്റിനും നമ്മുടെ ഹൃദയത്തെ സ്വന്തമാക്കാനോ തകർക്കാനോ കഴിയില്ല. കാലം കൊത്തിവച്ച നിന്റെ ഹൃദയം എത്ര ആർദ്രമായാണ് ദൈവത്തെ സ്വാഗതം ചെയ്യുന്നത്. എനിക്കത് വ്യക്തമായി കേൾക്കാം. പറുദീസയിൽ നിന്ന് ദൈവം നമുക്കായി വച്ചു നീട്ടിയ പാനപാത്രമാണീ പ്രണയം. പ്രണയോന്മാദികളാകും വരെ നമുക്കീ ചെറിത്തോട്ടത്തിലിരുന്ന് കിന്നരം മീട്ടാം.

ജിബ്രാൻ

പ്രിയപ്പെട്ട മേയ്സിയാദാ,

നക്ഷത്രങ്ങൾ ഭൂമിയെ പ്രണയിച്ചിരുന്ന അതേ രാവിൽ തന്നെയാകണം ഞാനും നിന്നെ പ്രണയിച്ചു തുടങ്ങിയത്. മാലാഖമാരുടെ ചിറകുകളിൽ പറ്റിച്ചേർന്ന് നീ ഭൂമിയിലേക്കു പറന്നു വന്ന രാവ് എനിക്കിപ്പോഴും ഓർമ്മയുണ്ട്. ഋതുക്കളുടെ കുടമാറ്റങ്ങൾ ഒന്നൊന്നായി ഇതൾ വിരിക്കുമ്പോൾ നീ വല്ലാതെ ആനന്ദിച്ചിരുന്നു. പ്രിയപ്പെട്ടവളേ, ഈ ഏകാന്തത ഇന്നെനിക്കു മുറിവുകൾ തന്നിരിക്കുന്നു. നിന്റെ തൂവലുകൾ, നിന്റെ മഴവിൽ സ്വപ്നങ്ങൾ, നിന്റെ വെള്ളാരംകല്ലുകൾ എല്ലാം ഞാനിതാ കാൻവാസുകളിലാകെ അലങ്കരിച്ചു വച്ചിരിക്കുന്നു. നീ നിർമ്മിച്ച സ്വപ്നശിഖരങ്ങളിൽ എന്റെ കൂട് എവിടെയാണ്?

ജിബ്രാൻ

പ്രിയപ്പെട്ട ജെ,

വാക്കുകൾ കൊരുത്തുകൊണ്ടൊരുക്കിയ ഒരു കുപ്പായമാണു നിനക്കുള്ളത്. അതിൽ തുടിക്കുന്ന ഹൃദയം നിറയെ ഭാവനയുടെ വിലോലമേഘങ്ങളാൽ നിറഞ്ഞിരിക്കുന്നു. പൂന്തോട്ടമെന്നു നീ എഴുതുന്ന മാത്രയിൽ പ്രപഞ്ചത്തിലുള്ള ചെടികളിലൊക്കെ വസന്തമുണരും. രാവ് എന്നു നീ എഴുതുന്ന മാത്രയിൽ നിലാവ് അംഗവസ്ത്രം ഭൂമിക്കുമേൽ ചാർത്തി നില്ക്കും. ഋതുക്കളിൽ നീ വസന്തവും വേനലിൽ നീ നെയ്യാമ്പലുമാണ്. ഞാനോർക്കാറുണ്ട് - നമ്മുടെ ഋതുക്കളെ എന്തു പേരു ചൊല്ലിയാണ് വിളിക്കേണ്ടത്. ഋതുക്കളെ ചുംബിക്കുമ്പോൾ നമ്മൾ നമ്മളെതന്നെയല്ലേ ചുംബിക്കുന്നത്. നക്ഷത്രമുഖമുള്ള ഒരു പൂവ് ഇതാ നിന്നെ നോക്കി കവിത മൂളുന്നു. അത്ഭുതം! നീ ഉദ്യാനത്തിൽ ഉപേക്ഷിച്ചുപോയ ഏതോ ഒരു സുഗന്ധവാക്കാകാം ഇപ്പോൾ നമുക്ക് മുന്നിൽ പൂത്തുനില്ക്കുന്നത്. ഞാനിന്നു തന്നെ ദൈവത്തോടു പ്രാർത്ഥിക്കുന്നുണ്ട്. 'ദൈവമേ, ഞങ്ങൾ ചുംബിച്ച ഒരു വാക്കും വാടിപ്പോകരുതേ' എന്ന്.

ജിബ്രാൻ

ഹാലാ,

നിന്നെ ഒരു പനിനീർപ്പൂവിനോടു ചേർത്തു
നിർത്താൻ ഞാനാശിക്കുന്നു.
ഞാൻ സ്നേഹിക്കുന്ന പനിനീർപ്പൂവ് ദൈവം
എനിക്കുവേണ്ടി മാത്രം ഒരുക്കിയെടുത്തതാണ്.
നീ ഇന്നലെയും ഇന്നും കണ്ട ഉദ്യാനങ്ങളിൽ
ഏറെ പഴക്കം എന്റെ ഉദ്യാനത്തിനാണ്.
ഉദ്യാനത്തിനുള്ളിൽ പൂക്കളാൽ അലങ്കരിച്ച
ഒരു ഒറ്റ മുറിയുണ്ട്. വസന്തകാലമെത്തുമ്പോൾ
എന്റെ സ്വപ്നങ്ങൾക്കൊപ്പം ഹൃദ്യമായ ഈ
വിരുന്നാസ്വാദിക്കാൻ ദൈവവുമെത്താറുണ്ട്.
ശലഭങ്ങളെ ദൈവത്തിന് വലിയ ഇഷ്ടമാണ്.
ശലഭങ്ങളെ നോക്കി നോക്കിയിരിക്കുമ്പോൾ
ദൈവം മഞ്ഞച്ചിറകുകളുള്ള ഒരു പക്ഷിക്കുഞ്ഞായി
മാറുന്നതു കാണാം. ആരാലും സ്പർശിക്കാത്ത
ഈ പനിനീർപ്പൂവ് നിനക്കിരിക്കട്ടെ.
എന്നെ നീ ഓർമ്മിക്കുമ്പോഴെല്ലാം പനിനീർപ്പൂവ്
നിന്നെ ചുംബിക്കട്ടെ. നമ്മുടെ ഉള്ളിൽനിന്ന് ഒരു
പക്ഷിക്കുഞ്ഞ് സ്വർഗ്ഗത്തിലേക്കു പറക്കട്ടെ.

ജിബ്രാൻ

ബാരീ,

മൗനത്തിന് ഒരു കോമാളിയുടെ അതേ വേഷപ്പകർച്ചയുണ്ട്. ഏകാന്തതയോടുള്ള എന്റെ സല്ലാപങ്ങൾക്കു നേരെ മൗനം കൈക്രിയകൾ കാണിക്കാറുണ്ട്. വാക്കിനോളം ഒന്നും തന്നെ വളർന്നിട്ടില്ല എന്നു ഞാൻ എഴുതുമ്പോൾ മൗനം വന്ന് മുന്നിൽ നിൽക്കുന്നു. ഒരു പ്രണയം വരയ്ക്കൂ എന്നവൻ എന്നോട് ആവശ്യപ്പെടുന്നു. പ്രണയം വരയ്ക്കുമ്പോൾ മൗനം അതിൽ ചായം പുരട്ടാൻ തുടങ്ങുന്നു. എന്നിട്ട്, എന്റെ പ്രിയപ്പെട്ടവരോടു ചേർന്നുനിന്നുകൊണ്ട് പ്രണയഗാനം പാടുന്നു. എനിക്കതു കാണാൻ ഇഷ്ടമാണ്. അല്ലയോ പ്രണയമേ, നിന്നോടെനിക്കെന്നും ആരാധനയായിരുന്നു. മധുരമായ നിന്റെ രാഗവിസ്താരത്തിൽ ഞാനലിഞ്ഞ ലിഞ്ഞ് ഇല്ലാതാകുന്നു. അല്ലയോ പ്രണയമേ, നിന്നോടെനിക്ക് വാത്സല്യമാണ്. മൃദുവായ നിന്റെ കരങ്ങളിലൂടൊഴുകി ഞാനില്ലാതാകുന്നു.

ജിബ്രാൻ

മേരി,

വസന്തമേ എന്നു ഞാൻ നിന്നെ വിളിച്ചപ്പോഴെല്ലാം നീയെനിക്കൊരുപിടി മന്ദാരങ്ങൾ തന്നു. ആ മന്ദാരങ്ങൾ ഞാനിന്നും ബാൽക്കണിയിൽ സൂക്ഷിച്ചു വച്ചിട്ടുണ്ട്. നീ താഴ്‌വാരത്തിലേക്കു നോക്കുക. അവിടെ ദൈവം ഒരുക്കി വച്ചിരിക്കുന്ന പേരറിയാപ്പൂവുകൾക്കു ചുറ്റും ചിത്രപതംഗങ്ങൾ പുതിയൊരു വസന്തം കൊത്തിവച്ചിരിക്കുന്നു. വിലോലമായ ഒരു മറവിയുടെ മുള്ള് അതിന്മേൽ വീണാൽ മതി ജീവിതാന്ത്യം വരെ കാത്തുസൂക്ഷിച്ച ഈ വർണപ്രപഞ്ചം അസ്തമിക്കാൻ. നിനക്കും എനിക്കും ഈ രാവിനും ഏറ്റുവാങ്ങാൻ സർവ്വാഭരണങ്ങളുമണിഞ്ഞ ഈ പകൽ മാത്രം മതി. നോക്കി നോക്കിയിരിക്കുമ്പോൾ ഒഴുകി മറയുന്ന തോണിയിൽ രണ്ടുപേർ. ഒരാൾ അപൂർവരാഗങ്ങളാൽ അലങ്കരിച്ച കിന്നരം മീട്ടുന്നു. മറ്റൊരാൾ ധ്യാനനീലിമയിൽ നിമഗ്നനാകുന്നു.

ജിബ്രാൻ

ഹാലാ,

നക്ഷത്രങ്ങളോടു ചോദിച്ചു നോക്കൂ. അവർ പറയും, അവർ പ്രണയിച്ചു തീർന്നിട്ടില്ലാത്ത രാപ്പകലുകളെക്കുറിച്ച്. അവരിപ്പോഴും പ്രണയിച്ചുകൊണ്ടേയിരിക്കുന്നു. അവരാണ് ഓരോ ഋതുക്കൾ കഴിയുംതോറും കൂടുതൽ കൂടുതൽ യൗവ്വനയുക്തരായിത്തീരുന്നത്. അവർ നീലാകാശത്തു നിന്നു ഭൂമിയിലേക്കു വിരുന്നുവരാറില്ല. അവരുടെ മുഖത്ത് വിഷാദത്തിന്റെ മേഘക്കൂട്ടുകളില്ല. അവരിപ്പോഴും ആനന്ദത്തിലാണ്. അവർ ഭൂമിയെ നോക്കി മധുരമായി പാടാറുണ്ട്. പ്രിയപ്പെട്ട പ്രണയിനികളെ, നിങ്ങളെ കാണുമ്പോൾ ഞങ്ങൾക്കെന്തെന്നില്ലാത്ത ഉത്സാഹം തോന്നുന്നു. നിങ്ങൾ ഞങ്ങളുടെ ഗാനങ്ങൾ ഏറ്റുപാടിയാലും. നമ്മൾ എത്രയെത്ര മന്വന്തരങ്ങളായി പാട്ടുപാടിക്കൊണ്ടേയിരിക്കുന്നു.

ജിബ്രാൻ

പ്രിയപ്പെട്ട ജെ,

നിഷ്കളങ്കമായ പ്രണയം ഭാസുരമായ കവിതയാണ്. നക്ഷത്രങ്ങൾ കോർത്താണു നാം ആ കാവ്യജപ മാല ഒരുക്കിയെടുത്തത്. ജപമാല അണിഞ്ഞ നമ്മൾ യോദ്ധാക്കളെപ്പോലെ പ്രണയിക്കുന്നു. കരളിൽ ഏല്ക്കുന്ന ഓരോ മുറിവും നമ്മൾ ചുംബിച്ചു കൊണ്ടു സുഖപ്പെടുത്തുന്നു. ഇനിയും സുഖപ്പെട്ടിട്ടില്ലാത്ത എത്രയെത്ര മുറിവുകൾ നമുക്കുള്ളിലുണ്ട്. ഓരോ ചുംബനവും ഓരോ രാഗമാണ്. ശ്രുതിശുദ്ധമായ സംഗീതം പോലെയാണത്. നമുക്കീ ഭൂമിയിൽ നിക്ഷേപിക്കാൻ പ്രണയരാഗാലംകൃതമായ ഈ ഹൃദയങ്ങൾ മാത്രമേയുള്ളൂ. ഞങ്ങൾക്കു പിന്നാലെ വരുന്ന പ്രണയിനികളേ, ഞങ്ങളുടെ പ്രണയത്തെ അനുഭവിക്കൂ. നിങ്ങളുടെ മിഴികളിൽ ഞങ്ങൾ നിങ്ങളെത്തന്നെയാണു കാണുന്നത്.

ജിബ്രാൻ

പ്രിയപ്പെട്ടവളേ,

ഏകാന്തതയിൽ വിരിഞ്ഞ ഒരു പൂവായി എനിക്കു നിന്നെ സങ്കല്പിക്കാനാവില്ല. ദേവാലയങ്ങൾ കെട്ടിപ്പടുക്കുവാൻ ദൈവം അനുവദിച്ച നിമിഷങ്ങൾ കൊണ്ടാണ് ഏകാന്തതയുടെ ഈ അൾത്താരയും നിർമ്മിച്ചിട്ടുള്ളതെന്ന് എനിക്കറിയാം.
ഭൂമി എത്ര സമാധാനമായാണ് അതിലെ വിശുദ്ധിയെ ഹൃദയത്തിലേക്ക് എടുത്തുവച്ചിരിക്കുന്നത്.
സമുദ്രം എത്ര ശാന്തമായാണ് മത്സ്യക്കുഞ്ഞുങ്ങളെ അതിന്റെ ഹൃദയത്തിൽ താരാട്ടുപാടി ഉറക്കുന്നത്.
ഏകാന്തതയിൽ വിരിഞ്ഞ ഒരു പൂവായി നിനക്കു എത്ര കാലം ഇതെല്ലാം കണ്ടിരിക്കാനാകും.
പ്രിയപ്പെട്ടവളേ, കാറ്റിനൊപ്പം ഒളിച്ചുകളിക്കുന്ന മേഘ കുസൃതികളിലൊരുവളാകാൻ നിനക്ക് മോഹമില്ലേ. ഈ മൂടൽമഞ്ഞ് പെയ്തിറങ്ങും വരെ നീയെന്റെ ഹൃദയത്തിൽ വിശ്രമിക്കുക.
ഏകാന്തസാഗരത്തിനു മുകളിലൂടെ പറക്കാൻ നിനക്കു ചിറകുകൾ ഞാൻ തുന്നിച്ചേർത്തു തരാം.

ജിബ്രാൻ

പ്രിയപ്പെട്ട ലെബനോൺ സുന്ദരീ,

പർവ്വതനിഴലിൽ നിന്നെ കാണാൻ എന്തൊരു ഭംഗിയാണ്. പിംഗളകേശിനിയായ നിന്റെ വനസരോവരങ്ങൾ നിറയെ മഞ്ഞിൻപൊട്ടുകളിട്ട നെയ്യാമ്പലുകൾ. നിന്റെ അധരദളങ്ങൾ കണ്ട് കവികൾ അസൂയപ്പെടുന്നു. ഒളിഞ്ഞും തെളിഞ്ഞും വന്നെത്തുന്ന ഹേമന്തചന്ദ്രിക നിന്റെ ഇതളുകളിലേക്ക് നിലാവിന്റെ മന്ദഹാസമർപ്പിക്കുന്നു. നിന്റെ മിഴികളിലാകെ തുടുത്ത അല്ലികൾ. ഞാനെത്ര ഭാഗ്യവാനാണ്. (ഭാഗ്യത്തിന് മേഘജാലങ്ങൾക്കിടയിലൂടെ പറുദീസയിലേക്ക് ഒളിഞ്ഞു നോക്കാനറിയാം). താഴ്‌വാരങ്ങളിലെല്ലാം നിന്റെ മുഖമുള്ള ചിത്രപതംഗങ്ങൾ. ഞാനീ തുടുത്ത പൂവിനെ സ്നേഹിക്കട്ടെ, അല്ലെങ്കിൽ ഞാനിതിനുള്ളിലെ രത്നകേസരത്തെ യെടുത്ത് ഓമനിക്കട്ടെ. അതുമല്ലെങ്കിൽ ഞാനീ ഋതുമതിയായ നിമിഷത്തെ മാറോടു ചേർക്കട്ടെ. വസന്തമാരുതൻ ഇങ്ങനെയാണ്. ഒരുവേള അവൾ സുഗന്ധകാമിനിയായി വരുന്നു. മറ്റൊരുവേള അവൾ ഉദ്യാനത്തിലേക്ക് ഒഴുകിവന്നു സുഗന്ധകേസരങ്ങളെ കവർന്നു കൊണ്ടുപോകുന്നു.

ജിബ്രാൻ

പ്രിയപ്പെട്ട ജെ,

ഋതുക്കൾ കടഞ്ഞെടുത്ത മുന്തിരിച്ചാറാണ് നിന്റെ ഹൃദയം. എനിക്കറിയാം, നീ അത് എനിക്കു വേണ്ടിയാണ് സൂക്ഷിച്ചുവച്ചിരിക്കുന്നതെന്ന്. ഹിമാർദ്രങ്ങളായ നിന്റെ വിരലുകൾ എന്റെ ഹൃദയത്തെ ചുംബിക്കുമ്പോൾ എനിക്കൊരു മേഘം പോലെ ഒഴുകിനടക്കാനാണ് തോന്നുക. പക്ഷേ, ഇളംതെന്നലിൽ, ആകാശോദ്യാനത്തിലൂടെ എനിക്ക് എത്ര ദൂരം ഒറ്റയ്ക്ക് ഒഴുകിനടക്കാനാകും. അകലെ ഞാനൊരു പൂമരം കാണുന്നുണ്ട്. അതിന്റെ തളിർശിഖരങ്ങളിൽ ചിത്രപതംഗങ്ങൾ കൂടൊരുക്കുന്ന കാഴ്ച എത്ര മനോഹരമാണ്. നമുക്കവിടേക്കു പറക്കാം. നീ വരുംവരെ ഞാനീ ഉദ്യാനത്തിലുണ്ടാകും. ഉദ്യാനത്തിലിരുന്നാൽ നിന്റെ വരവു കാത്തിരിക്കുന്ന നക്ഷത്രങ്ങളെ എനിക്കു കാണാം. നക്ഷത്രങ്ങൾ നിന്നെയോർത്ത് വല്ലാതെ സങ്കടപ്പെടുന്നുണ്ട്. അവർക്കറിയില്ലല്ലോ, എനിക്കു മാത്രമായി ഒരു ഹൃദയം നിനക്കുള്ളിലുണ്ടെന്ന്.

ജിബ്രാൻ

പ്രിയപ്പെട്ട ഹാലാ,

ഞാനിപ്പോഴും ഓർമ്മിക്കുന്നു. വിളഞ്ഞ ഗോതമ്പു പാടത്തിനരികിൽ നക്ഷത്രങ്ങൾ വീണു കിടപ്പുണ്ടായിരുന്നു. ഉന്മാദം ബാധിച്ച ഒരു രാവ് നക്ഷത്രങ്ങൾക്കു ചുറ്റും നൃത്തം ചെയ്യുന്നത് ഞാൻ ശരിക്കും കണ്ടു. ഞാനിപ്പോൾ അതുവഴി പോകാറേയില്ല. കാലങ്ങൾക്കു മുൻപ്, നിന്നെ ഹൃദയത്തിലേക്ക് ഞാൻ എടുത്തു വയ്ക്കും മുൻപ്, ഞാൻ സായാഹ്നങ്ങൾ ചിലവഴിച്ചിരുന്നത് അവിടെയായിരുന്നു. അന്നൊക്കെ രാവ് എനിക്കു വേണ്ടി നൃത്തം ചെയ്യുമായിരുന്നു. പ്രിയപ്പെട്ടവളേ എന്നൊന്നു വിളിച്ചാൽ മാത്രം മതി അവളെന്റെ അടുത്തേക്ക് ഒരു തൂവൽ പോലെ ഒഴുകി വരും. ഞങ്ങൾ പകലുകളെക്കുറിച്ചു പുന്നാരം പറയും. അവർ കാവ്യാക്ഷരങ്ങളിലാകും പുന്നാരങ്ങൾ കോർത്തെടുക്കുക. ഞാനതെല്ലാം കേട്ടിരിക്കും. കേട്ടിരിക്കുമ്പോൾ വല്ലാത്തൊരാനന്ദമാണുണ്ടാവുക. ആനന്ദത്തിൽ പലപ്പോഴും ഞാനെന്നെ മറന്നു പോകും. അപ്പോൾ ഓക്കുമരത്തിന്റെയോ സൈപ്രസ് മരത്തിന്റെയോ ഒരില, അതിന്റെ കുലീനത്വത്തോടെ എന്റെ ഹൃദയത്തിലേക്കു വന്നു വീഴും. ഞാനതെടുത്ത് ഹൃദയത്തിലേക്കു ചേർത്തു വയ്ക്കട്ടെ. അതു നിന്റെ സമ്മാനമാണെന്ന് ആർക്കാണറിഞ്ഞു കൂടാത്തത്.

ജിബ്രാൻ

ഹാലാ,

വിരുന്നു കഴിഞ്ഞിറങ്ങുമ്പോൾ ഞാൻ നിന്നെ കണ്ടിരുന്നില്ല. പുൽമേട്ടിലൂടെ കൊട്ടാരത്തിലേക്കു നടക്കുമ്പോൾ നീയൊരു മേഘദളമായ് വന്നെന്നെ തൊട്ടു. ഞാൻ, 'ഹാലാ പ്രിയപ്പെട്ടവളേ, പ്രിയപ്പെട്ട കൊച്ചു സുന്ദരി' എന്നൊക്കെ വിളിച്ചു. നീ എന്റെ ഉള്ളിൽ പതുങ്ങിയിരുന്നുകൊണ്ട് പ്രാണനാഥാ എന്നു വിളിക്കുന്നുണ്ടായിരുന്നു. ആത്മാവിൽ നീ പ്രണയാക്ഷരങ്ങൾ ഒന്നൊന്നായി കുറിച്ചുവയ്ക്കുമ്പോഴെല്ലാം ഞാൻ ആനന്ദിക്കുകയായിരുന്നു. നിന്നെ ശല്യപ്പെടുത്താൻ ഞാൻ ഒരുക്കമായിരുന്നില്ല. കൊട്ടാരത്തിൽ നിന്നിറങ്ങി പുൽമേട്ടിലൂടെ മടങ്ങുമ്പോൾ നീ എന്റെ മുന്നിൽ പ്രത്യക്ഷപ്പെട്ടു. നിന്റെ മുഖം നിറയെ സൂര്യകാന്തിയുടെ ഭംഗിയുണ്ടായിരുന്നു. നീ എന്നെയും കൊണ്ട് ആകാശത്തിന്റെ ഒരൊഴിഞ്ഞ കോണിലേക്കു പറന്നു. ഒരു മേഘത്തിന്റെ ഉള്ളിൽ നമ്മൾ കൂടൊരുക്കി. ഇതൊന്നും ഋതുക്കൾ അറിഞ്ഞതേയില്ല. ഇപ്പോഴിതാ, ഹാലാ, നീ എന്നെ ഭൂമിയിലേക്കു തിരിച്ചുപോകാൻ ക്ഷണിക്കുന്നു. ഹാലാ, പ്രണയത്തിനുവേണ്ടി ആരാണ് ഈ ഉദ്യാനങ്ങൾ ഒരുക്കിവച്ചത്?

ജിബ്രാൻ

മേയ്സിയാദാ,

അജ്ഞാതനായ ഒരു പുലർകാലം ഹൃദയത്തിലേക്കു കടന്നിരിക്കും പോലെയാണ് നിന്നെക്കുറിച്ചുള്ള സ്വപ്ന നിമിഷങ്ങൾ. എനിക്കറിയാം, ശിശിരം വിരിച്ചിട്ട പാതകളിലെല്ലാം നീയെന്നെ കാത്തിരിക്കുന്നുണ്ടായിരിക്കുമെന്ന്. പൂക്കളാലൊരുക്കിയ ഈ അസ്തമയത്തിനോട് നമുക്കു രണ്ടു പേർക്കും കടപ്പാടുണ്ട്. നീയെന്നെ സ്നേഹിക്കുമ്പോഴെല്ലാം പകലിന്റെ മുഖം കാണേണ്ടതായിരുന്നു. എന്തൊരു ഊഷ്മളമായ അനുഭവമായിരുന്നു അത്. നിന്റെ ചിറകുകൾ അധികം ഉയർന്നുപറക്കാതെ എന്റെ ഹൃദയത്തിലേക്കായിരുന്നല്ലോ വന്നിരുന്നത്. അപ്പോഴെല്ലാം ഞാൻ നിന്നിലേക്ക് ഒരു കുഞ്ഞിനെപ്പോലെ പറ്റിച്ചേർന്നു കിടക്കും. നമ്മുടെ ആലിംഗനത്തിനുമേൽ തൂവലുകൾ കൊണ്ടൊരു നിശാവസ്ത്രം തുന്നിയിട്ടത് ആരാണ്?

ജിബ്രാൻ

ജെ,

നീ നട്ടുനനച്ച ആകാശച്ചെടി ഇന്നു പൂവിട്ടിരിക്കുന്നു. ഒരു കാർമേഘം അതിന്റെ പ്രാണനുവേണ്ടി ഒരിറ്റു കണ്ണീർ പൊഴിച്ചിരിക്കുന്നു. ഒരു വാനമ്പാടി അതിന്റെ നാദതന്ത്രികളാൽ ഒരു ജപമാല കോർത്ത് അതിനു നല്കിയിരിക്കുന്നു. താഴ്വാരത്തു നിന്നു വന്ന പൂങ്കാറ്റ് തളിർത്ത താമരവളയത്താൽ അതിനെ പൊന്നണിയിച്ചിരിക്കുന്നു. എന്റെ പ്രിയപ്പെട്ട കൊച്ചു നക്ഷത്രമേ, ഭൂമിയിൽ നിന്ന് എത്രയെത്ര അകലെ നില്ക്കുമ്പോഴും സ്നേഹത്തിന്റെ ഒരു ജലബിന്ദുവെങ്കിലും നീ ഭൂമിയുടെ ഹൃദയത്തിലേക്ക് അർപ്പിക്കുന്നല്ലോ. നിന്നെ സ്നേഹിക്കുമ്പോൾ ഞാനും ധന്യനാകുന്നു. പ്രതീക്ഷ കൈവിടാത്ത സുസ്മിത നിമിഷങ്ങൾക്കായി ഞാനും നിന്നോടൊപ്പം പ്രാർത്ഥനയിൽ പങ്കുചേരുന്നു. നിന്റെ ഹൃദയത്തിൽനിന്ന് എന്റെ ഹൃദയത്തിലേക്കു പറന്നു വന്ന പ്രാർത്ഥനകൾക്ക് ഏതു ദേവാലയ ഹൃദയത്തിൽ വച്ചാണ് വിരുന്നൊരുക്കേണ്ടത്?

ജിബ്രാൻ

പ്രിയപ്പെട്ട ജോസഫൈൻ,

നിന്നെ കാത്തിരിക്കുമ്പോഴെല്ലാം എവിടെ നിന്നോ ഒരു തൂവൽ ഒഴുകി എന്റെ മനസ്സിൽ വന്നു വീഴും. തൂവലുകൾക്ക് ഭാരമില്ലാത്തതിനാൽ ഞാൻ സ്വപ്നങ്ങളുടെ ഭാരവും അറിയുന്നില്ല. ഇന്നലെ പുഴ പോലൊഴുകുമൊരു സ്വപ്നതീരത്തിരുന്നപ്പോൾ ഒരു പളുങ്കു തൂവൽ എന്റെ മനസ്സിലേക്കു മെല്ലെ പറന്നു വന്നു. ആദ്യം ഞാനതു ശ്രദ്ധിച്ചതേയില്ല. അല്പനിമിഷം കഴിഞ്ഞ് തൂവൽ എന്നോടു സംസാരിക്കുവാൻ തുടങ്ങി. തൂവൽവചനങ്ങൾക്ക് കവിതയുടെ ശില്പഭംഗിയുണ്ടായിരുന്നു. തൂവൽ സംസാരിച്ചതു മുഴുവൻ നിന്നെ ക്കുറിച്ചായിരുന്നു. ഞാനോർക്കുകയായിരുന്നു. നിന്റെ ജന്മം എത്ര മഹത്തരമാണ്. പ്രണയത്തെ ക്കുറിച്ച് ഇത്ര മധുരമായി പാടാൻ കഴിയുക ആർക്കും സാദ്ധ്യമല്ല, പ്രിയപ്പെട്ടവളേ, നീ എന്റെ കവിതയ്ക്കു തന്ന അതേ സ്വർണ്ണത്തൂവലുകൾ ഇതാ ഞാൻ ഹൃദയത്തിൽ സൂക്ഷിച്ചിരിക്കുന്നു.

ജിബ്രാൻ

ജെ,

ഒരിക്കൽ മാത്രം ഞാനീ പൂവിനെ
പ്രിയപ്പെട്ടവളേ എന്നു വിളിക്കട്ടെ. മുള്ളുകൾ
മാത്രം നിറഞ്ഞ ഈ രാവ് എനിക്കു മുറിവുകൾ
മാത്രമാണു തന്നത്. ഹൃദയത്തിലത്
ആഴ്ന്നിറങ്ങുമ്പോഴെല്ലാം ഞാനറിയാതെ
ഈ പ്രപഞ്ചത്തിനോടു കയർക്കാറുണ്ടായിരുന്നു.
ഇപ്പോൾ നീ പാതിരാപ്പൂവിന്റെ സുഗന്ധം പേറി
എന്റെ അരികിലെത്തുമ്പോൾ എന്റെ മനസ്സ്
അലകളടങ്ങിയ സാഗരമാണ്. നിനക്ക്
പളുങ്കുമണികളാൽ അലങ്കരിച്ച ഒരു
തോണിയിലിരിക്കാം. ഞാൻ നിനക്കും നീ
എനിക്കും ഒരു സ്വപ്നം മാത്രമാണ്. ഒന്നുപറയട്ടെ
ജെ, നീ മിന്നൽപ്പിണരുകളോടൊത്ത്
നൃത്തം ചവിട്ടുന്നതു കാണാൻ എനിക്കിഷ്ടമാണ്.

ജിബ്രാൻ

പ്രിയപ്പെട്ട ജെ,

പെയ്യാനൊരുങ്ങിയ സ്വപ്നങ്ങൾക്കു നേരെ
നീ എന്തിനാണ് ജാലകമടച്ചത്? പ്രഭാതത്തിൽ
ലെബനോൺ പർവതങ്ങൾക്കരികിൽ നീ
കുഞ്ഞാടുകളോടൊത്ത് സ്വപ്നങ്ങൾ പങ്കു
വയ്ക്കുന്നതു കണ്ടു. ഞാനവിടൊരു വെള്ളാരംക
ല്ലിനെ പോൽ ധ്യാനിച്ചു നില്പുണ്ടായിരുന്നു. നിന്റെ
കാലടികളെ പിൻതുടർന്നു വരാൻ
എനിക്കാവുമായിരുന്നില്ല. ഞാൻ പുല്മേട്ടിൽ നഷ്ട
ഹൃദയവുമായി കിടക്കുമ്പോൾ ഒരു മേഘം
ഭൂമിയിലേക്ക് ഇറങ്ങി വന്നു. അവൾ ഒരു കൊച്ചു
സുന്ദരിയായിരുന്നു. ചിറകുകളിൽ പറ്റിച്ചേർന്ന
ജലകണങ്ങൾ നക്ഷത്രങ്ങൾ പോലെ തിളങ്ങിയിരുന്നു.
മുഖം ഒരു താമരമൊട്ടു പോലെ മുഗ്ദ്ധമായിരുന്നു.
എന്നെ ആ കൊച്ചു സുന്ദരി തൊട്ടു. അത്ഭുതം.
ഞാനൊരു ചിത്രപതംഗമായി മാറി. അവളെന്നെ
ആകാശത്തിലേക്കു ക്ഷണിച്ചു. എന്റെ കൊച്ചു
ചിറകുകളിൽ അവൾ സ്വപ്നങ്ങൾ കൊണ്ടു
പൂക്കളേയും നിലാവിനെയും വരച്ചുവച്ചു.
ലെബനോൺ താഴ്വാരങ്ങളിൽ ഞാനിപ്പോഴും നിന്നെ
ത്തേടി അലയാറുണ്ട്. പ്രിയപ്പെട്ടവളേ, ആ ജാലകം
ഒന്നു തുറക്കൂ. പാരിതോഷികം പോലെ ഞാൻ
നിനക്കു സമർപ്പിച്ച ആ കൊച്ചു നക്ഷത്രം
എന്റെ ഹൃദയമായിരുന്നുവെന്ന് നീ ഓർമ്മിക്കുമല്ലോ?

ജിബ്രാൻ

പ്രിയപ്പെട്ട എമിലീ,

സ്വർഗ്ഗത്തിലേക്കു തുറന്നുകിടക്കുന്ന ഒരു മേഘജാലകം. അതിലൂടെ നോക്കിനില്ക്കുന്ന നിന്റെ തളിർമിഴികൾ. മിഴികളിലൂടെ നക്ഷത്രങ്ങൾ ഒന്നൊന്നായി താമരനൂലിലൂടൊഴുകി ഭൂമിയിലെത്തുന്നത് ഞാനിപ്പോഴും കാണുന്നുണ്ട്. വിധുരയായ ഈ രാവിന്റെ ചുണ്ടിൽ നക്ഷത്രങ്ങൾ കൊണ്ട് നമുക്കൊന്നും പകർത്തി വയ്ക്കാനാവില്ല. ഈ രാവ് തണുത്തുറഞ്ഞ് ഹിമസാഗരമാകും വരെ നാം കാത്തിരിക്കുക. അപ്പോൾ നമുക്ക് അനന്തതയോളം ഒഴുകി നടക്കാം. നമ്മുടെ കാതുകളിലേക്കു പെയ്തിറങ്ങുന്ന ഗിറ്റാറിന്റെ മോഹനനാദങ്ങളിലേക്ക് ഞാൻ നിന്നെ ചേർത്തു വയ്ക്കട്ടെ. അപ്പോൾ നീ എവിടെയായിരുന്നു. മേഘങ്ങളില്ലാത്ത നഭസ്സിൽ ഏതു പക്ഷിയുടെ വരവിനെയാണു നീ കാത്തിരുന്നത്. എനിക്കറിയാം നക്ഷത്രമുഖമുള്ള ഒരു പുഷ്പവും പേറി നീ എന്നെ കാത്തുനില്ക്കുന്നുണ്ടാകുമെന്ന്.

ജിബ്രാൻ

പ്രിയപ്പെട്ട എമിലി,

നിലാവിനുള്ളിൽ നീ കൊരുത്തുവച്ച പളുങ്കുപേടകം ഇതാ സമുദ്രഹൃദയത്തിലേക്കു പ്രവേശിച്ചു കഴിഞ്ഞു. പേടകത്തിന്റെ വർണശബളിമയാർന്ന കൊടിമരങ്ങൾ ചക്രവാളത്തിന്റെ മേലാപ്പിൽ തീർച്ചയായും സ്പർശിക്കും. മേഘങ്ങളുടെ തണലിടങ്ങളിൽ കേളികളാടുന്ന നക്ഷത്രമിഥുനങ്ങൾ ഭൂമിയിലേക്കു നോക്കി 'ഞങ്ങളെ ഉണർത്തരുതേ' എന്നു വിളിച്ചു പറയും. നമ്മുടെ ശ്വാസവേഗങ്ങളിലൂടൂർന്ന് ഒരു വെണ്ണിലാക്കിളി ഭൂമിയിലേക്കു പറന്നിറങ്ങും. പ്രിയപ്പെട്ടവളേ, ഒരു പൂച്ചക്കുഞ്ഞിനെപ്പോലെ പതുങ്ങിയിരുന്ന് നീയിതെല്ലാം ആസ്വദിക്കുന്നുണ്ടെന്ന് എനിക്കറിയാം. കാരണം, എന്റെ മടിയിൽ തലതാഴ്ത്തിക്കിടക്കുന്ന നിന്റെ മിഴികളിലൂടെയാണ് ഞാനീ ചാരുതയാർന്ന ദൃശ്യങ്ങളൊക്കെ കണ്ടത്.

ജിബ്രാൻ

ജോസഫൈൻ,

പർവതശൃംഗത്തിൽ ഒരു കൂടൊരുക്കാൻ ഒരു കിളി അതിയായി കൊതിച്ചു. പേലവമായ പുഷ്പാധരങ്ങൾ കൊണ്ട് കൂട്ടിനൊരു തറ വിരിച്ചു. മഴക്കാടുകളിൽ നിന്നു കൊണ്ടുവന്ന ഇലകൾകൊണ്ടു മേൽക്കൂരയിട്ടു. വേനൽമരത്തിന്റെ ചില്ലകൾകൊണ്ടു വാതിൽ പണിതു. നക്ഷത്രങ്ങൾ ഒന്നൊന്നായി അടുക്കിവച്ചു മുറ്റമൊരുക്കി. ഭൂമിയിൽ കിട്ടാവുന്നത്ര ചെടികൾ കൊണ്ട് ഉദ്യാനമൊരുക്കി. രാവ് കനത്ത് തുടങ്ങുമ്പോൾ നക്ഷത്രങ്ങളിലൊന്നെടുത്തു ഉദ്യാനത്തിലെ ഒറ്റമരത്തിൽ കൊളുത്തിവയ്ക്കും. മുറ്റത്തു കിടന്ന് വെളുക്കുവോളം നിലാവു കുടിക്കും. പർവ്വതങ്ങൾ ഭൂമിയോടു കലഹിച്ച രാത്രി മധുരമായ ആ കൂട് കിളിക്കു നഷ്ടമായി. അനാഥയായ കിളി യുടെ തേങ്ങൽ ആരും ചെവിക്കൊണ്ടില്ല. ആകാശ ത്തേക്കു മെല്ലെ തലനീട്ടി ചടച്ച നെഞ്ചുള്ള ഒരു പാഴ്മരം, കൊഴിഞ്ഞ ശിഖരങ്ങൾ ഉയർത്തി കിളിയെ ക്ഷണിച്ചു. പ്രിയപ്പെട്ടവളേ, എന്റെ ശിഖരങ്ങൾ ഇന്നു തളിർത്തിരിക്കുന്നു. നിന്റെ തൂവലുകളിൽ മുഖം ചേർത്ത് എന്റെ ദളങ്ങൾ മയങ്ങുമ്പോൾ ഞാനോർമ്മിക്കാറുണ്ട് – 'ഭൂമിയിലെ ഏകഭാഗ്യവാൻ ഞാനാണെന്ന്.'

ജിബ്രാൻ

പ്രിയപ്പെട്ട മെയ്സിയാദാ,

ശലഭങ്ങളുടെ വിരുന്നിനു കൂടാൻ ഒരിക്കൽകൂടി ഞാൻ നിന്നെ ക്ഷണിക്കുന്നു. നിന്റെ പേലവമായ ചിറകുകൾ താഴ്ത്തി മെല്ലെ ഭൂമിയിലേക്കു പറന്നിറങ്ങുക. സ്വപ്നങ്ങൾ പോൽ ചാരുതയാർന്ന അധരങ്ങളിൽ തളിർത്തു നില്ക്കുന്ന ഗാനമരന്ദം ഞങ്ങൾക്കുവേണ്ടി ഒഴുക്കുക. നിന്റെ കൂടാരത്തിനുള്ളിൽ പെയ്തിറങ്ങുന്ന ശൈത്യമൂർച്ഛകൾ എന്റെ ഹൃദയത്തെ വല്ലാതെ നോവിക്കുന്നുണ്ട്. ശലഭമിഴികളിൽ പൂവിട്ട വസന്തതൃഷ്ണകൾ നിന്റെ ചുംബനത്താൽ പൂത്തുലയുന്നു. ഓരോ ഋതുവിലും നീ പുഷ്പിണിയാകുന്നതും എന്റെ ഹൃദയത്തിലേക്കു ചേർന്നിരുന്നു ഗാനമാലപിക്കുന്നതും ഞാനറിയുന്നുണ്ട്. പ്രിയപ്പെട്ടവളേ, രാവ് മടങ്ങിപ്പോകും മുൻപ് നിലാവിന്റെ പട്ടുകുപ്പായം ചൂടി നീ വരിക. ശലഭങ്ങളുടെ വിരുന്നിൽ നമുക്കൊരു നൃത്തമാകാം.

ജിബ്രാൻ

പ്രിയപ്പെട്ട ജെ,

വരണ്ടുണങ്ങിയ വാക്കുകൾ ഒരിക്കൽകൂടി തളിർക്കുമെന്നു പറഞ്ഞത് നീയാണല്ലോ. നോക്കൂ, വിതുമ്പിപ്പോയ ഒരു മേഘം ഭൂമിയിലേക്ക് ഒഴുകിയെത്തും മുൻപ് തളിർത്ത മിഴികളാൽ പ്രണയം വരയ്ക്കുന്നു. പുരാതനമായ ഈ നദി പളുങ്കുമണികൾ കൊണ്ടലങ്കരിച്ച ഒരു സ്മൃതികുടീരത്തെ ചുംബിച്ചാണ് ഒഴുകുന്നത്. കണ്ണുനീരിനും ആനന്ദത്തിനും ഇടയിലെവിടെയോ ആണ് ഓർമ്മകളുടെ ചില്ലുജാലകങ്ങൾ തുറന്നിട്ടിരിക്കുന്നത്. നദിക്കും നിനക്കും വാക്കുകൾക്കും അതിലൂടെ ഒഴുകിയെത്താം.

നോക്കൂ, പ്രിയപ്പെട്ടതെന്തും എത്ര വേഗത്തിലാണ് നമ്മെ സ്വീകരിക്കാൻ ഒരുങ്ങി നില്ക്കുന്നത്. ലെബനോണിലെ ഉദ്യാനങ്ങൾ, ഹരിതകിരീടം ചൂടിയ താഴ്വാരങ്ങൾ, നദിയുടെ പളുങ്കുചിറകുകൾ, കാറ്റിനൊപ്പം ഒഴുകിവരുന്ന ഓർമ്മകളുടെ ഗന്ധം - എല്ലാം ഒരിക്കൽകൂടി തളിർത്തിരിക്കുന്നു. വേനലിന്റെ കൊമ്പു കിളിർത്ത് ഭൂമിയെ ഭയപ്പെടുത്തും മുൻപ് നമുക്കു വസന്തത്തിന്റെ പട്ടു ചേലകൊണ്ടു ഭൂമിയെ പുതപ്പിക്കാം. ഒരു നവോഢയെപ്പോലെ ഭൂമി പുഞ്ചിരിക്കുന്നതു കണ്ട് നമുക്ക് ആനന്ദിക്കാം.

ജിബ്രാൻ

മേയ്സിയാദാ,

വിഷാദ മേഘങ്ങളാൽ അലങ്കരിച്ച ഒരാകാശം ഇപ്പോഴുമെന്റെ ഹൃദയത്തിലുണ്ട്. വേനൽക്കാലം കുടിച്ചു വറ്റിച്ച ഒരു തടാകം പോലെയാണത്. വെള്ളിൽപ്പക്ഷികളും ശരത്കാല രാവുകളും മുന്തിരിത്തോട്ടങ്ങൾ തേടി മേഘങ്ങൾക്കിടയിലൂടെ പറന്നുവരുന്നു. ആനന്ദഗീതങ്ങൾ ആലപിക്കുന്ന ഈ തണൽമരം നിന്റെ സ്വപ്നങ്ങൾ വിരിഞ്ഞ മനസ്സിലാണ് തളിർത്തു നില്ക്കുന്നത്. നീ കരുതിവച്ച പേരറിയാപ്പൂക്കളിൽ വസന്തത്തിന്റെ തുടിപ്പു ഞാൻ കാണുന്നുണ്ട്. പ്രിയപ്പെട്ടവളേ, ആകാശം താഴ്ന്നിറങ്ങുന്ന ഒരു പകലിൽ, നീ എന്നോടുപറഞ്ഞ വാക്കുകളിൽ ഇപ്പോഴും പെയ്തിറങ്ങുന്ന നക്ഷത്ര ഭംഗിയുണ്ട്. ഹിമതല്പത്തിൽ വീണുകിടക്കുന്ന ഹിരൺമയ രാഗമണിഞ്ഞ മുന്തിരിയിലകളിൽ നമ്മുടെ പേരുകൾ കൊത്തിവച്ചതാരാണ്?

ജിബ്രാൻ

പ്രിയപ്പെട്ടവളേ,

ലെബനോണിലെ മഞ്ഞുതാഴ്‌വാരങ്ങളിലൂടെ ഞാൻ ഒഴുകുകയായിരുന്നു. ഹേമന്തരാഗങ്ങൾ ചൂടിയ ഒരു രാവ് എനിക്കു നക്ഷത്രപ്പൂക്കൾ സമ്മാനമായി തന്നു. സമുദ്രത്തിലെത്തും മുൻപ് എനിക്കതു നിന്റെ ഹൃദയത്തിലേക്കു ചേർത്തുവയ്ക്കണമെന്നുണ്ട്. പുഴയരികിൽ കണ്ട ഒരിതൾപൂവ് എന്റെ പിന്നാലെ ഒഴുകി വരാൻ അതിയായി കൊതിച്ചു. ആ പൂവിന് നിന്റെ മിഴികളുടെ അതേ ഭംഗിയാണുള്ളത്. നിശ്ശബ്ദതയിൽ നിന്നൊഴുകി വരുന്ന ആ ഗാനത്തിനൊപ്പം നൃത്തം ചവിട്ടുന്ന മിഴികൾ. സമുദ്രത്തിലലിയും മുൻപ് എനിക്കാനൃത്തം ഒരിക്കൽകൂടി കാണണമെന്നുണ്ട്.

ജിബ്രാൻ

ജെ,

നേർത്ത പട്ടുതൂവാലകൊണ്ട് ആരോ നമ്മുടെ ഓർമ്മകളെ മറച്ചിരിക്കുന്നു. പേലവമായ സുഗന്ധ കേസരങ്ങളാൽ ആരോ നമ്മുടെ വസന്തത്തെ മറച്ചിരിക്കുന്നു. സ്നിഗ്ദ്ധമുഗ്ദ്ധമായ ചിറകുകളാൽ ആരോ നമ്മുടെ വാക്കുകളെ നിശ്ശബ്ദമാക്കിയിരിക്കുന്നു. സമുദ്രനീലിമകളിലേക്ക് ഒഴുകിയെത്തുന്ന നമ്മുടെ പുഴകളെ ആരോ പർവതമുനകളാൽ തടഞ്ഞിരിക്കുന്നു. വേനലിന്റെ മൂർച്ചയേറിയ കൊമ്പുകൾകൊണ്ട് ആരോ നമ്മുടെ ഹൃദയത്തെ മുറിപ്പെടുത്തിയിരിക്കുന്നു. നക്ഷത്രങ്ങൾ വരച്ചു തീർക്കും മുൻപ്, നിലാവു പെയ്തൊഴിയും മുൻപ്, ആകാശം ഒരൊഴിഞ്ഞ തൂവാലയാകും മുൻപ് നമുക്കു ഭൂമിയിൽ നിന്നു പറന്നുപോകാം.

ജിബ്രാൻ

പ്രിയപ്പെട്ട എമിലി,

ഇന്നലെ കണ്ട സ്വപ്നം ഞാൻ ശരിക്കും ഓർമ്മിക്കുന്നുണ്ട്. ഞാനൊരു പുരാതന നഗരംതന്നെ ആയിക്കഴിഞ്ഞിരുന്നു. നഗരമധ്യത്തിൽ വെളുത്ത തൂവലുകൾ കൊണ്ടൊരുക്കിയ ഒരു ഹൃദയം. ദൂരക്കാഴ്ചയിൽ അതൊരു ചിറകാണെന്നേ തോന്നൂ. വിരുന്നുകാരില്ലാത്തതിനാൽ ഞാനതിനടുത്തേക്കു പോകാറില്ല. നിന്റെ സ്വപ്നങ്ങളിൽ നിന്നൊരു തണൽവഴി ഇതിലേക്ക് ഒരുക്കിയെടുത്തത് ഞാനായിരുന്നു. പുരാതനമായൊരു നാഴികമണി ഹൃദയത്തിനു മുകളിൽ കൊത്തിവച്ചതും ഹൃദയത്തിനുള്ളിൽ പ്രാർത്ഥനകളുടെ ജപമണികൾ കൊരുത്തു വച്ചതും നീ തന്നെയെന്ന് ഞാനിപ്പോഴും വിശ്വസിക്കുന്നു. 'അതെ' എന്നു നീയെന്നോട് മന്ത്രിക്കുംവരെ ഈ പുരാതന നഗരം ഉടയാതിരിക്കട്ടെ.

ജിബ്രാൻ

ജോസഫൈൻ,

തടാകങ്ങൾ നിറഞ്ഞ ഒരു സ്വപ്നത്തിൽ നാം മത്സ്യങ്ങളായിരുന്നു. പളുങ്കുമിഴികളിലൂടെ നാം ആഴങ്ങളെ തൊട്ടു. ശൽക്കങ്ങളിളക്കി നാം കുഞ്ഞോളങ്ങളെ ആനന്ദിപ്പിച്ചു. ചിറകുകളിൽ പറ്റിച്ചേർന്ന കുഞ്ഞുങ്ങളെ നാം ജലോപരിതലത്തിലെത്തിച്ചു. പാരിതോഷികങ്ങൾ നിറഞ്ഞ ഭൂമിയെ നോക്കി അവർ ഉറക്കെപ്പാടട്ടെ. പാട്ടുകേട്ടിരിക്കവേ നീ എന്റെ ആഴങ്ങളിലേക്ക് ഒഴുകിവരുന്നതും എന്നെ അമർത്തി ചുംബിക്കുന്നതും ഞാനറിയുന്നുണ്ട്. തടാകങ്ങൾ നിറഞ്ഞ സ്വപ്നങ്ങളേ നിങ്ങൾക്കു സ്വാഗതം.

ജിബ്രാൻ

പ്രിയപ്പെട്ട ജെ,

നക്ഷത്രാലംകൃതമായ ആകാശത്തിനു ചുവട്ടിൽ ഒറ്റപ്പെട്ട ഒരു വാക്ക്. വാക്കിൽ നിന്നൂർന്ന് തിടം വച്ചൊഴുകുന്ന ഒരു പുഴ. പുഴയിൽ ലെബനോണിൽ മാത്രം വിരിയാറുള്ള വയലറ്റ് പൂക്കളുടെ ഒഴുക്ക്. പൂക്കളിലൊരുവൾ, അതെ നിന്റെ കവിത പോലെ ഭംഗിയുള്ളവൾ - ഈ രാവിന്റെ തോണിയിലേക്കെന്നെ ക്ഷണിക്കുന്നു. എന്റെ വിരലുകളിലൂടൂർന്ന് നിലാവിന്റെ അവസാന നിമിഷവും കടന്നുപോകുന്നു.

പാർക്കിൽ അനാഥമായിക്കിടക്കുന്ന ഒറ്റബെഞ്ചിൽ ഒരു പേരറിയാക്കിളി ചിറകു വിരിച്ചിറങ്ങുന്നു. ആകാശത്തിലാരോ കെട്ടി ഉയർത്തിയ മേഘമാളികയിൽ നിന്ന് ഇപ്പോഴും പുതിയ പ്രഭാതത്തെക്കുറിച്ചൊരു പാട്ടു കേൾക്കുന്നുണ്ട്. തോണിയിൽ കയറും മുൻപ്, ഉദ്യാനത്തിൽ നീ നട്ടുനനച്ച ചെടികൾ എനിക്കു കാണണമെന്നുണ്ട്. കവിത പോലെ തുളുമ്പിയ പൂക്കളിൽ ചുംബിക്കണമെന്നുണ്ട്. കാലം, അതെ പരുക്കനായ ഒരു വേട്ടക്കാരനെപ്പോലെ എന്റെ മനസ്സിലേക്ക് ശരമെയ്യും മുൻപ് നിന്നോടൊത്ത് ഈ ഉദ്യാനം ചുറ്റിക്കാണണമെന്നുണ്ട്. വാക്കുകൾ കൊണ്ടൊരുക്കിയ നിന്റെ തോണി - അതിപ്പോഴും എന്റെ പുഴയിൽ ഒറ്റയ്ക്കൊഴുകുകയാണ്.

ജിബ്രാൻ

പ്രിയപ്പെട്ട എമിലി,

സ്വപ്നം കാണുമ്പോൾ നമ്മളെന്തിനാണ് മിഴികൾ കൂട്ടിയടയ്ക്കുന്നത്. സ്വപ്നം കണ്ടിറങ്ങുമ്പോൾ മിഴികളാകെ നനഞ്ഞിരിക്കുന്നതെന്താണ്. താഴ്‌വാരങ്ങളിലേക്കു നടക്കുമ്പോൾ നമ്മുടെ നാവുകൾ വല്ലാതെ വരണ്ടിരിക്കുന്നതെന്താണ്.

ചുംബിക്കാനൊരുങ്ങുമ്പോൾ നമ്മുടെ ശ്വാസം കൂടുതൽ പരുക്കനായിരിക്കുന്നതെന്താണ്. സായാഹ്നം വന്നതറിയാതെ നമ്മൾ എന്തിനാണ് സായാഹ്നത്തെക്കുറിച്ചോർത്ത് ഉത്കണ്ഠപ്പെട്ടത്. രാവിന്റെ ചില്ലയിൽ പറന്നിറങ്ങുന്ന ഒറ്റക്കിളിയെ നോക്കി നാമെന്തിനാണു പരിഭവിച്ചത്. ആഴങ്ങളിലേക്ക് ആരാണ് നമ്മുടെ ഓർമ്മകളെ കൂട്ടിക്കൊണ്ടുപോയത്. നമ്മുടെ രാവുകൾക്ക് ആരാണ് കാവലിരിക്കുന്നത്. ഏതോ ഒരു ഗുഹാമുഖത്തു നിന്നു പറന്നുവന്ന വെള്ളിൽപ്പക്ഷിയുടെ ചുണ്ടിൽ ആരാണു നമ്മെ കൊരുത്തിട്ടത്. ഉത്തരങ്ങൾ പെയ്തിറങ്ങും വരെ നമുക്കീ ആകാശത്തിനു ചുവട്ടിലിരിക്കാം.

ജിബ്രാൻ

എമിലി,

നിശ്ശബ്ദമായതിനുള്ളിൽ ഉഗ്രശബ്ദത്തിന്റെ തീനാള ങ്ങൾ കുടിയിരിപ്പുണ്ട്. നോക്കൂ, നമ്മുടെ മൗനം എത്ര പെട്ടെന്നാണ് പൊട്ടിത്തെറിച്ചത്. ഇന്നലത്തെ പകൽ എനിക്കത്ര പെട്ടെന്ന് മറക്കാനാവില്ല. ഉഷ്ണകാലമായതിനാലാവണം മേഘങ്ങൾ വല്ലാതെ പരിക്ഷീണിതരായിരുന്നു. അവരുടെ മിഴികളിൽ പീള കെട്ടിയിരുന്നു. നരച്ചമുടി ചെകുത്താന്റെ അംഗവസ്ത്രം പോലെ ചുടുകാറ്റിൽ ഒഴുകിക്കൊണ്ടിരുന്നു. തടാകക്കരയിൽ ഏതോ വഴിപോക്കൻ ഉപേക്ഷിച്ചു കളഞ്ഞ ഒരു ശില്പതല്പത്തിൽ മയങ്ങിക്കിടക്കുന്ന ഇളംവെയിൽ. വെയിൽനാളങ്ങൾ എന്നെ ക്ഷണിക്കുന്നുണ്ടായിരുന്നു. എന്റെ ഓർമ്മകളിലേക്ക് വെയിൽനാളങ്ങളെ അയച്ചതും പട്ടുതൂവാലകൾ കൊരുത്തിട്ടതും എന്റെ ഉള്ളിലെ മൗനോദ്യാനത്തെ ശബ്ദമുഖരിതമാക്കിയതും നീ ആണല്ലോ. നമുക്കൊരുമിച്ച് വെയിലിനോടു വർത്തമാനം പറയാം. നോക്കൂ, നമ്മുടെ മൗനം എത്ര പെട്ടെന്നാണു വിടർന്നത്.

ജിബ്രാൻ

പ്രിയപ്പെട്ടവളേ,

പുരാതനമായ ഈ ബാൽക്കണിയിൽ നില്ക്കുമ്പോൾ
മഞ്ഞുപുതച്ച രാവിനെ ശരിക്കും കാണാനാകും.
രാവിന്റെ നക്ഷത്രക്കണ്ണുകൾ വാത്സല്യത്തോടെ
എന്നെ നോക്കിക്കൊണ്ടേയിരിക്കുന്നു.
ബാൽക്കണിയിൽ നിന്നിറങ്ങി പുൽമൈതാനത്തിലൂടെ
നടന്ന് പർവതതാഴ്‌വാരത്തിലെത്തും വരെ
ഈ കണ്ണുകൾ എന്റെ പിന്നാലെ ഉണ്ടാകും.
നിന്റെ ചുണ്ടുകൾ ചുവന്നിട്ടുണ്ടോ എന്നും
മിഴികൾ തളർന്നിട്ടുണ്ടോ എന്നും ഞാൻ രാവിനോട്
തീർച്ചയായും ചോദിക്കും. ബാൽക്കണിയിൽനിന്ന്
അകലേക്കു നോക്കുമ്പോൾ ഞാൻ ശരിക്കും
അത്ഭുതപ്പെടുന്നു. ഞാൻ നിന്ന അതേസ്ഥലത്ത്
നീ നില്ക്കുന്നു. മഞ്ഞുപുതപ്പിനുള്ളിൽ രാവിനൊപ്പം
നീയും ചേർന്നു നില്ക്കുന്നു. പ്രിയപ്പെട്ടവളേ
ഞാനെത്തും വരെ നീയാ പുതപ്പു മൂടരുതേ.

ജിബ്രാൻ

ജെ,

വേനൽ വരച്ചിട്ട ഒറ്റവഴിയിൽ വച്ചാണ് വസന്തത്തെ
ക്കുറിച്ച് നീ ആദ്യമായി എന്നോടു സംസാരിച്ചത്.
ഞാനപ്പോൾ ഹേമന്തത്തിന്റെ കരയിലൂടെ
ശിശിര താഴ്‌വാരത്തിലേക്കു പറക്കുകയായിരുന്നു.
വേനൽ എരിഞ്ഞമർന്ന രാവിൽ നാം വസന്തത്തെ
ഒരിക്കൽകൂടി ഓർത്തു. നമുക്കിനി
ശലഭങ്ങളാകാമെന്ന് നീ പറഞ്ഞതുകേട്ട ഞാൻ
പൊട്ടിച്ചിരിച്ചു. ചിരിക്കൊടുവിൽ അതുതന്നെ
സംഭവിച്ചു. നമ്മൾ ശലഭങ്ങളായി.
എന്റെ ചിറകുകളിലേക്കു നിറങ്ങൾ വാരിയൊഴിച്ചതും,
ചിറകിന്നടിയിലെ വേഗങ്ങൾക്കു കരുത്തു പകർന്നതും
നീയാണല്ലോ. അതുകൊണ്ടായിരിക്കും വസന്തം
വരയ്ക്കുമ്പോഴെല്ലാം നിന്റെ ചിറകുകൾ
കൊത്തിവയ്ക്കാൻ ഞാൻ ഉത്സാഹിച്ചത്.

ജിബ്രാൻ

പ്രിയപ്പെട്ട ബാരി,

മേഘങ്ങളിൽ നിന്നൂർന്ന് താഴേക്ക്, താഴേക്ക്
ഒരു പക്ഷിക്കുഞ്ഞിന്റെ ചകിത ഹൃദയം പോലെ
നിന്റെ മൗനം ഭൂമിയിലേക്കു പെയ്തിറങ്ങുന്നു.
ഹിമകിരണങ്ങളാൽ അലംകൃതമായ മദ്ധ്യാഹ്നത്തിനു
പോലും ഈ കാഴ്ച കണ്ടു നില്ക്കാനാവില്ല.
നോക്കൂ, പക്ഷികൾ ഉപേക്ഷിച്ചുപോയ കൂടുകളിലേക്ക്
മേഘങ്ങൾ പുതിയ അതിഥികളായെത്തുന്നു.
തൂവലുകളിൽ ഒഴുകിപ്പരന്ന വർണ്ണരാജികൾ
മേഘങ്ങൾ, അവരുടെ കുപ്പായത്തിലേക്കു
തുന്നിച്ചേർക്കുന്നു. രാഗിണികളായ വനഗായകരേ,
ഇതിലേ വരൂ, ഇതിലേ വരൂ എന്നവർ ക്ഷണിക്കുന്നു.
സ്വപ്നങ്ങൾ കൊണ്ടു തുന്നിയ കുപ്പായങ്ങൾ
എനിക്കവർക്ക് പാരിതോഷികങ്ങളായി
നല്കണമെന്നുണ്ട്. പക്ഷേ, എന്റെ വിരലുകൾ -
പ്രണയോന്മാദിയായ ഒരു രാവ് വർണ്ണങ്ങൾ കൊണ്ടലങ്ക
രിച്ച വിരലുകൾ - അതിപ്പോഴും നിന്റെ മൗനംപോലെ
ആഴങ്ങളിലേക്കു മുഖം നീട്ടുന്നു. പ്രിയപ്പെട്ടവളേ,
നിശ്ശബ്ദതയിൽ നിന്ന് ശബ്ദാകാരത്തിലേക്കു
മിഴി നീട്ടുന്നൊരു പൂവ് ഇപ്പോഴും നമ്മുടെ സ്വപ്നങ്ങളി
ലുണ്ട്. നമുക്കതിനെ താലോലിക്കാം.

ജിബ്രാൻ

പ്രിയപ്പെട്ട ജെ,

നിലാവിനപ്പുറം ഒരു തടാകം. തടാകത്തിൽ
തോണിക്കാരില്ലാതെ ഒഴുകി നടക്കുന്ന തോണികൾ.
നിന്റെ ജലവിരലുകളിൽ പിടിച്ചു നീന്തുമ്പോൾ
ഞാനിപ്പോഴും ആ തോണികളെ സ്വപ്നം കാണാറുണ്ട്.
പളുങ്കുമണികൾ കൊണ്ടലങ്കരിച്ച ഈ തോണികൾ
ഏതു തീരത്താണ് ചെന്നെത്തുക. അവിടെ,
കാണാതായ തോണിക്കാരുടെ പേരുകൾ ആരാണ്
തോണികളോടു വിളിച്ചു പറയുക. നിലാവിൽ,
എന്റെ കവിളുകളിൽ തുടരെ ചുംബിച്ചുകൊണ്ട്
നീ പറഞ്ഞ വാക്കുകൾ എനിക്കിപ്പോഴും
ഓർമ്മിക്കാനാകും. അതെ, ഈ തോണികൾ
നിന്റെ ഹൃദയ തടാകത്തിൽ ഒഴുകിപ്പരക്കുന്നതു
കാണാൻ ഞാനിന്നേറെ കൊതിക്കുന്നു.
തോണിക്കാരെ തേടിനടന്ന നിന്റെ കുട്ടിക്കാലം
ഒരു പൂമരം പോലെ തടാകക്കരയിൽ നില്പുണ്ട്.
പ്രിയപ്പെട്ട കൊച്ചു വനശലഭമേ, പ്രിയപ്പെട്ടതെന്തും
നമുക്കൊരിക്കൽ ചുംബിച്ചുണർത്തേണ്ടതായുണ്ട്.
നിലാവു പെയ്തിറങ്ങും വരെ നമുക്കീ
തൂവലുകൾ ചുംബിച്ചുണക്കാം.

ജിബ്രാൻ

എമിലി,

പേലവമായൊരു ഗാനം വിദൂരതയിൽ നിന്നൊഴുകി വരുമ്പോൾ അത് ഹൃദയത്തിലേക്ക് ഏറ്റുവാങ്ങാൻ കാലം നമ്മെ അനുവദിച്ചിരിക്കുന്നു.
സമുദ്രതീരത്തെ ഒറ്റയൊറ്റ മരങ്ങൾക്കു താഴെ നഷ്ടദിനങ്ങളോർത്തിരിക്കുന്ന നമ്മുടെ നിമിഷങ്ങൾക്കു സുഗന്ധമില്ല എന്ന് തിരമാലകൾ വിളിച്ചു പറയുന്നു. ശൈത്യകാലത്ത് പറവകളാകാനും ദൈവം നമ്മെ കല്പിച്ചിരിക്കുന്നു. പറവകളാകുമ്പോൾ നാം ഒരൊറ്റ ആകാശത്താകും നൃത്തം വയ്ക്കുക.
പരൽമീനുകളാകുമ്പോഴേക്കും നമ്മുടെ പുഴകൾ വറ്റി വരണ്ടിട്ടുണ്ടാകുമോ - ഭൂമിയോളം പഴക്കമേറിയൊരു തോണിയുടെ കാത്തിരിപ്പ് ഇപ്പോഴും നമ്മുടെ പഴങ്കഥയിലുണ്ടല്ലോ.

ജിബ്രാൻ

പ്രിയപ്പെട്ട ഹാലാ,

നിലാവിൽ പൂത്തുനില്ക്കുന്നൊരു പേരറിയാച്ചെടി ആകാശത്തെ നോക്കി ചിത്രമെഴുതുന്നതു ഞാൻ ശരിക്കും കണ്ടു. നിന്റെ സ്വപ്നങ്ങളുടെ ഗ്യാലറിയിലേക്കാവാം ആ ചെടി ചിത്രമൊരുക്കുന്നത്. ഞാനെത്ര ഭാഗ്യവാനാണ്. അല്ലായിരുന്നുവെങ്കിൽ എനിക്കതു കാണുവാനേ കഴിയുമായിരുന്നില്ലല്ലോ. ഹാലാ, പൂവുകളെ സ്വപ്നം കാണുമ്പോൾ നമ്മുടെ വിരലുകൾ പലപ്പോഴും മുറിവേല്ക്കുന്നത് എന്തുകൊണ്ടാണ്. നമ്മുടെ സൗഹൃദം പൂവുകൾക്ക് ഇഷ്ടപ്പെടുന്നില്ലെന്നുണ്ടോ? വിഷാദ മിഴികളുള്ള ഒരു പൂവ് ഇപ്പോഴും നമ്മുടെ വഴിയിൽ പ്രാർത്ഥിച്ചു നില്ക്കുന്നതെന്തിനാണ്. നമുക്കാ പൂവിനോട് പറയാനാകുന്ന ഉചിതമായ വാക്കുകൾ ഓർത്തു വയ്ക്കുക. ചിത്രമെഴുതുന്ന പേരറിയാച്ചെടി ഈ പൂവിനെ ഒന്നു ചുംബിച്ചിരുന്നെങ്കിൽ - ദൈവം നട്ടു നനച്ച ഈ ചെടികളിൽ ഋതുക്കളെത്തും മുൻപ് നമുക്കു പ്രാർത്ഥനകളാൽ വസന്തമൊരുക്കാം.

ജിബ്രാൻ

ജോസഫൈൻ,

ഒരു നദി അതിന്റെ പേരുകൊത്തിയ വെള്ളാരംകല്ലുകളെടുത്ത് ഒരു പെൺകുട്ടിക്കു നല്കുന്നു. അവളത് ആകാശത്തേക്കെറിയുമ്പോൾ നക്ഷത്രങ്ങളാകുന്നു. സ്നേഹിച്ചു കൊതിതീരാത്ത വാക്കുകളാണ് നക്ഷത്രങ്ങളാകുന്നതെന്നു നീ പറഞ്ഞ നിമിഷം – പ്രിയപ്പെട്ടവളേ, ഭൂമിയിലെ വസന്തകാലം ആ ഒരു നിമിഷമായിരുന്നുവെന്ന് ഞാൻ വിശ്വസിക്കുന്നു. രാവിൻ മൂന്നാംയാമത്തിൽ ഋതുക്കൾക്കു നടുവിൽ കെട്ടിയുയർത്തിയ അലങ്കാര വേദികളിൽ നിന്ന് നീ ചൊല്ലിയ കവിതകളിൽ നിറയെ നക്ഷത്രപ്പൂക്കളായിരുന്നു. എന്റെ ഹൃദയത്തിലേക്കു ചാഞ്ഞുകിടന്ന ഒരു ചില്ല നിറയെ നിന്റെ ചുംബനത്താൽ വിരിഞ്ഞ നക്ഷത്രപ്പൂക്കളായിരുന്നു. ഈ പകൽ അവസാനിക്കുമ്പോൾ എന്റെ ഹൃദയം ആർക്കും കാണാനാകാത്തവിധം നക്ഷത്രപ്പൂക്കൾ കൊണ്ടു നിറയും. ഹൃദയത്തിന്റെ ഓരോ തുടിപ്പിലും ഞാൻ നിന്നെ സ്നേഹിക്കുന്നു എന്ന ശ്രുതിസാന്ദ്രമായ അനുഭവമുണ്ടായിരിക്കും. പ്രിയപ്പെട്ട വസന്തമേ, ആകാശത്തേക്കു വെള്ളാരംകല്ലുകളെറിഞ്ഞ കൊച്ചുപെൺകുട്ടി നീ തന്നെ അല്ലേ? നക്ഷത്രപ്പൂക്കൾ ഒളിപ്പിച്ചുവച്ചിരുന്ന നിന്റെ ഹൃദയത്തിലേക്ക് എന്റെ ഹൃദയം കൂടി ചേർത്തുവയ്ക്കൂ.

ജിബ്രാൻ

മേയ്സിയാദാ,

ഹിരണ്മയരാഗം ചൂടിയ വനശലഭങ്ങൾ എനിക്കു ചുറ്റും നൃത്തമാടുന്നു. ലെബനോണിലെ മുന്തിരിത്തോട്ടങ്ങളിൽ നിന്നൊഴുകിയെത്തിയ തളിർത്ത വീഞ്ഞ് എന്നെ ഉന്മാദിയാക്കുന്നു. പൂമരങ്ങൾ തളിർചില്ലകളുയർത്തി എന്നെ സ്വാഗതം ചെയ്യുന്നു. സ്വപ്നാടനങ്ങൾ കഴിഞ്ഞെത്തിയ ശിശിരം ദേവരാഗങ്ങളിൽ എന്നെ ആനന്ദിപ്പിക്കുന്നു. എന്റെ ഗ്യാലറിയിൽ നിറയെ മഴനൂലുകൾകൊണ്ടൊരു ക്കിയ ഛായാചിത്രങ്ങൾ. എനിക്കുവേണ്ടി നീ ഒരുക്കിയ ആനന്ദം - അതെത്രമാത്രം ഭംഗിയും മധുരവുമുള്ളതുമാണ്. ചുംബിക്കുമ്പോൾ നാം നക്ഷത്രങ്ങളാകുന്നതും ഗായകരാകുന്നതും ശലഭങ്ങളാകുന്നതും ആനന്ദം കൊണ്ടല്ലേ.

ജിബ്രാൻ

പ്രിയപ്പെട്ട ജോസഫൈൻ,

നിശ്ശബ്ദതയിൽ നിന്നൊഴുകി വരുന്ന
പക്ഷിക്കൂട്ടങ്ങൾ പോലെയാകും കിനാവുകൾ വരിക.
അതിലേതു പക്ഷിയുടെ നക്ഷത്രച്ചിറകിലാണ്
പേലവമായ നിന്റെ വാക്കുകൾ കൊരുത്തിട്ടിരിക്കുന്നത്
എന്നറിയാൻ എനിക്കാഗ്രഹമുണ്ട്. നോക്കൂ,
ഈ വരണ്ട നദിയുടെ അങ്ങേപ്പുറം സമുദ്രത്തിലേക്കു
വഴികാട്ടുന്ന ഒരു വിളക്കുമരമുണ്ട്. വിളക്കുമരത്തിനു
മുകളിൽ മഞ്ഞു തൂവാലകൊണ്ട് ഒരുക്കിയെടുത്ത
മൗനത്തിന്റെ ഒരു കൂട്. വേനലിന്റെ ചില്ലകളും
വസന്തത്തിന്റെ ഹൃദയവും കൊണ്ടാണ് കാലം
അതൊരുക്കിയെടുത്തിരിക്കുന്നത്.
പ്രിയപ്പെട്ടവളേ, പവിത്രമാക്കപ്പെട്ട ഈ രാവിനുള്ളിൽ
ചിറകുകൾ ഒന്നൊന്നായി ചേർത്ത് നമുക്കെത്രകാലം
കഴിഞ്ഞുകൂടാനാകും. ലെബനോണിലെ
പർവതമുനകളിൽ തട്ടി കാറ്റിന്റെ ചിറകുകൾ തളർന്നു
വീഴുംവരെ നമുക്കു നൃത്തമാടാം.

ജിബ്രാൻ

പ്രിയപ്പെട്ട ജെ,

നിന്റെ വാക്കുകൾ ഒറ്റയൊറ്റ തണൽമരങ്ങളെ ഓർമ്മപ്പെടുത്തുന്നു. വേനൽക്കാലം വഴിയിൽ ഉപേക്ഷിച്ചുപോയ ഈ വിത്തുകൾ എങ്ങനെയാണ് ഇത്ര വേഗം വളർന്നു പീലി വിടർത്തിയത്. തണൽമര ങ്ങളെ നോക്കി നിന്റെ പേരു വിളിക്കാൻ ഞാൻ വല്ലാതെ കൊതിക്കുന്നു. ആകാശത്തിനു ചുവട്ടിൽ നീ നട്ടുനനച്ച വൃക്ഷങ്ങൾ വസന്തത്തിന്റെ കുപ്പായമെടുത്തണിഞ്ഞിരിക്കുന്നു. സുഗന്ധ പരാഗങ്ങളിൽനിന്നൂർന്ന് രത്നശോഭയാർന്ന വാക്കുകൾ എന്റെ ഹൃദയത്തിലേക്കു പറന്നിറങ്ങുന്നു. എന്റെ ഹൃദയം അതെത്ര നിശ്ശബ്ദമായിരുന്നു ഇന്നലെവരെ. എന്നെ വല്ലാതെ ഭയപ്പെടുത്തുകയും മുറിവേല്പിക്കുകയും ചെയ്ത ഹൃദയം ഇന്നിതാ നിന്റെ തണൽമരങ്ങൾക്കു ചുവട്ടിൽ ഓടിക്കളിക്കാൻ ഉത്സാഹപ്പെടുന്നു. മേഘങ്ങളിൽ നിന്ന് നിന്റെ ശിഖരങ്ങളിലേക്കു വിരുന്നിനെത്തുന്ന പക്ഷിക്കുഞ്ഞുങ്ങളുടെ ചുംബനം എന്റെ ഹൃദയത്തിനും നീ ചാർത്തിത്തരിക. പ്രണയത്തിന്റെ ഈ അഭിജാത വേദിയിൽ നമുക്ക് സംഗീതമാകാം.

ജിബ്രാൻ

ജെ,

മൂർച്ചയേറിയ ഒരു വാളിനാൽ മൗനത്തെ ഞാൻ
പകുത്തുകഴിഞ്ഞു. ചോര വാർന്നൊഴുകുന്ന
നിമിഷങ്ങൾ എനിക്കു കണ്ടുനില്ക്കാനാവില്ല.
ഞാനൊരു പക്ഷിയുടെ ജന്മമെടുത്ത് മേഘങ്ങളിലേക്കു
പറന്നകന്നു. നോക്കൂ, പ്രിയപ്പെട്ടതെന്തും
നമുക്കൊരിക്കൽ മൂർച്ചയേറിയ ഒരു വാളിനാൽ
പകുക്കേണ്ടി വരും. നിന്റെ അധരങ്ങളിൽ പൂവിട്ട
മഞ്ഞുതുള്ളിക്കും മൗനത്തിനും തമ്മിൽ വല്ലാത്തൊരു
ഹൃദയബന്ധമുണ്ട്. കവിത ചൊല്ലുമ്പോൾ,
നീ വല്ലാതെ ഉത്സാഹപ്പെടുമ്പോൾ ആ മഞ്ഞുതുള്ളി
ഭൂമിയിൽ വീണുടയുന്നതു കാണാൻ എനിക്കു കഴിയില്ല.
പുരാതനമായ ഈ നദിയുടെ ആഴങ്ങളിൽ നീ
ഒളിപ്പിച്ചുവച്ചിരിക്കുന്ന മൗനത്തിന്റെ പളുങ്കുകൂട്
എന്നാണ് എനിക്കു കാട്ടിത്തരിക.

ജിബ്രാൻ

പ്രിയപ്പെട്ട ജെ,

വിതുമ്പിപ്പോയ ഒരു മേഘം ഇതാ നാം നോക്കി നില്ക്കേ നമ്മുടെ ഹൃദയത്തിലേക്കു പറന്നിറങ്ങുന്നു. നിഷ്കളങ്കവും പേലവവുമായ അതിന്റെ മേഘച്ചിറകു കളിൽ നിറയെ കണ്ണുനീരിന്റെ നനവുണ്ടായിരുന്നു. അതിന്റെ ചുണ്ടുകൾ വല്ലാതെ വരണ്ടുണങ്ങിയിരുന്നു. ഹൃദയം-അതെത്രമാത്രം ശബ്ദമുഖരിതമായിരുന്നു എന്ന് ഞാനിപ്പോഴും ശരിക്കും ഓർമ്മിക്കുന്നുണ്ട്. പ്രിയപ്പെട്ടവളേ, നിന്റെ കവിതകളിലൊന്നിൽ, നേർത്ത മഞ്ഞുതൂവാലകൾകൊണ്ടൊരുക്കിയ തല്പത്തിൽ ഈ മേഘത്തെക്കൂടി ചേർത്തുവയ്ക്കുക. വേനലിൽ പ്രത്യക്ഷപ്പെടാറുള്ള കൂറ്റൻ കൊള്ളിമീനുകൾ നമ്മുടെ താവളം കാണരുതേ എന്നാണ് എന്റെ പ്രാർത്ഥന. പ്രിയപ്പെട്ടവളേ, നമുക്കൊരു നിമിഷം പ്രാർത്ഥനകളായി പെയ്തിറങ്ങാം.

ജിബ്രാൻ

പ്രിയപ്പെട്ട ജോസഫൈൻ,

ലെബനോണിലെ പർവ്വതങ്ങൾ നീ കരുതുംപോലെ
വിഷാദത്തിന്റെ കുപ്പായം എടുത്തണിയാറില്ല.
പകൽ അതിന്റെ ചുട്ടുപഴുത്ത നാവുകൊണ്ട്
പർവതമുനകളിൽ സ്പർശിക്കുമ്പോൾ അവരിപ്പോഴും
വികാരവതികളാകാറുണ്ട്. താഴ്വാരത്തുനിന്ന്
നോക്കുമ്പോൾ നമ്മുടെ നക്ഷത്രക്കണ്ണുകൾക്കപ്പുറം
അവ മേഘങ്ങളോടുരുമ്മി നൃത്തമാടുന്നതു കാണാം.
രാവിൽ നമ്മുടെ ഏകാന്തതയുടെ അതേ കടുംനിറം
പർവതങ്ങൾ വാരി അണിയാറുണ്ട്. ഭൂതകാലം
കൊടുങ്കാറ്റിലേക്കു വലിച്ചെറിഞ്ഞ സുഗന്ധച്ചെപ്പുകൾ
തേടി നമുക്കിനിയും പർവതങ്ങളിലേക്കു
കയറേണ്ടതുണ്ട്. താഴ്വരയിൽ പൂത്തുനില്ക്കുന്ന
പേരറിയാ മരങ്ങളിൽ നിന്നൊരു കൊമ്പ് നീ
ആകാശത്തേക്ക് ഉയർത്തിക്കാണിക്കുക.
ഭൂമിയിലും നക്ഷത്രങ്ങളുണ്ടെന്ന് മേഘങ്ങൾ
പർവതങ്ങളോടു പറയട്ടെ.

ജിബ്രാൻ

ജെ,

വെയിൽനാളങ്ങൾ നിന്റെ മിഴികളിൽ
പെയ്തിറങ്ങുന്നതു കാണാൻ എന്തു ഭംഗിയാണ്.
പകലൊടുങ്ങും മുൻപ് നിന്റെ മിഴികളിലും
കവിളുകളിലും പറ്റിച്ചേർന്ന സ്വർണ്ണനാളങ്ങൾ
ഞാൻ ചുംബിച്ചെടുത്തോട്ടെ. തളിർത്ത വെള്ളില
വള്ളികളാൽ രാവ് നിന്റെ നഗ്നമായ ഉടൽ
അലങ്കരിക്കുന്നതു കാണാൻ എനിക്കതിയായ
കൊതിയുണ്ട്. ലെബനോണിലെ മുന്തിരിത്തോട്ടം
പോലെ ഈ മധുരദൃശ്യം മായരുതേ എന്നാണെന്റെ
പ്രാർത്ഥന. പുതിയ പ്രഭാതമെത്തുംമുൻപ്,
രാവിനു സമർപ്പിച്ച നിന്റെ മധുരം എനിക്കുകൂടി
അവകാശപ്പെട്ടതാണല്ലോ.

ജിബ്രാൻ

പ്രിയപ്പെട്ട മേരിഹാസ്ക്കൽ,

പെയ്തിറങ്ങിയ മേഘം ഒരു പുൽക്കൊടിയെ
പ്രണയിക്കുന്നതിൽ നാമെന്തിനാണു പരിഭവിക്കുന്നത്.
സമുദ്ര നീലിമകളിലേക്ക് ഒഴുകിപ്പോയ
ഒരു തോണിയുടെ അതേ മനസ്സ് നാമിപ്പോഴും
കൊണ്ടുനടക്കുന്നതിൽ എന്ത് അർത്ഥമാണുള്ളത്.
നമുക്ക് മുൻപേ നടന്നുപോയ അജ്ഞാതനായ
ഒരു സുഹൃത്ത് രാവിനും പകലിനുമിടയിൽ
വലിച്ചുകെട്ടിയ ഈ നൂൽപ്പാലം നമ്മുടെ ഓർമ്മകളിൽ
എത്രകാലം ജീവിക്കും എന്നതിന് ഒരുറപ്പുമില്ല.
പക്ഷേ, ഒന്നുണ്ട്. നീ ഒരുക്കിയെടുത്ത തോണികളും
നക്ഷത്രങ്ങളും വേനൽക്കാലം കഴിഞ്ഞും
നിറഞ്ഞൊഴുകുമെന്ന് എനിക്കറിയാം. നിന്റെ
മൗനംപോലെ സുന്ദരമായൊരനുഭവം ഭൂമിയിൽ
മറ്റൊന്നില്ലെന്ന് ഈ തോണിയിലിരിക്കുമ്പോഴെല്ലാം
എനിക്കു തോന്നിപ്പോകാറുണ്ട്. ആകാശത്തുമാത്രം
വിരിയുന്ന ഈ നക്ഷത്രങ്ങൾ നിന്റെ മന്ദസ്മിതം
പോലെ എത്ര പേലവമാണ്. നോക്കൂ, പെയ്തിറങ്ങുന്ന
മേഘം പുൽക്കൊടിയെ അമർത്തി ചുംബിക്കുന്നു.
ഈയൊരു നിമിഷത്തിന്റെ ധന്യതയെ നമുക്ക്
ഹൃദയത്തിൽ കൊരുത്തുവയ്ക്കാം.

ജിബ്രാൻ

മേരി,

രാവുകളിൽ പൂവിരിയുന്നതുപോലെയാണ്
പ്രിയപ്പെട്ടവളേ, നിന്റെ ചുംബനവും. മെല്ലെ,
വിരലുകളിലൂടൂർന്ന് ഒരു ജലകണിക അധരങ്ങളിൽ
വീണലിയും പോലെ നീയെന്നെ ചുംബിച്ചെടുക്കുന്നു.
ഊഷ്മളമായ നിന്റെ നാവ് എന്നെ ആഴങ്ങളിലേക്കു
ക്ഷണിക്കുന്നു. നീ തൊട്ടുണർത്താത്തതായി ഈ
പ്രപഞ്ചത്തിലൊന്നുമില്ല എന്നു ഞാൻ വിശ്വസിക്കുന്നു.
നദീമുഖം പോലെ സുശാന്തമായ ഈ രാവിന്
നാമെന്തു പാരിതോഷികം നല്കും. പേലവമായ
ഒരാലിംഗനംകൊണ്ട് നമുക്കീ രാവിനെ
ആനന്ദിപ്പിക്കാനാകുമോ. പകലിന്റെ മൂർച്ചയേറിയ
നഖങ്ങൾ രാവിന്റെ ഹൃദയത്തെ സ്പർശിക്കുന്ന
നിമിഷം - എനിക്കതു ചിന്തിക്കുവാനേ കഴിയില്ല.
നിന്റെ നഗ്നമേനിയിലൂടെ ഇഴഞ്ഞുനടക്കുന്ന
രാവ് ഇപ്പോഴുമെന്റെ സ്വപ്നപുസ്തകത്തിലുണ്ട്.
സമുദ്രത്തിന്റെ നിശ്ശബ്ദതപോലെ ഞാനത്
ആസ്വദിക്കുമ്പോഴെല്ലാം നീയെന്നെ
ചുംബിച്ചുണർത്തുന്നതെന്തിനാണ്?

ജിബ്രാൻ

ജെ,

പ്രഭാതത്തെക്കുറിച്ചു നീ പാടുന്നത് ഞാൻ ശ്രദ്ധിക്കുകയായിരുന്നു. ആകാശം എത്ര ശാന്തമായാണ് അതു കേട്ടു നിന്നത്. പുഴകളോടും പൂമരങ്ങളോടും എനിക്ക് ഇക്കാര്യം വിളിച്ചു പറയണമെന്നുണ്ടായിരുന്നു. നോക്കൂ, എങ്ങുനിന്നോ പറന്നിറങ്ങിയ കൊച്ചുവനശലഭം നിന്റെ ഹൃദയത്തിൽ ചുംബിക്കാൻ കൊതിക്കുന്നതുപോലെ. വാക്കുകളുടെ പൂമരങ്ങളായി നീ പോകുന്ന വഴികളെല്ലാം ഈ വനശലഭം നിന്റെ കൂടെ ഉണ്ടാകും. ഉന്മാദിയായ കാറ്റ് നിന്റെ ഹൃദയത്തെ അമർത്തി ചുംബിക്കുമോ എന്നു ഞാൻ വല്ലാതെ ഭയപ്പെടുന്നു. അങ്ങനെയെങ്കിൽ എന്റെ ആഹ്ലാദം ചിറകൊടിഞ്ഞ പക്ഷിയെപ്പോലെ ഭൂമിയിൽ കിടന്ന് വിലപിക്കും. ലെബനോണിലെ ആൾപ്പാർപ്പില്ലാത്ത കൊട്ടാരങ്ങളൊന്നിൽ നമുക്ക് ഒളിച്ചിരിക്കാം. ഉന്മാദിയായ കാറ്റ് ലെബനോണിലെ മുന്തിരിത്തോട്ടങ്ങൾ കണ്ട് മടങ്ങിപ്പോകുംവരെ നാം സുരക്ഷിതരായിരിക്കും.

ജിബ്രാൻ

പ്രിയപ്പെട്ട എമിലി,

നിശ്ശബ്ദതയുടെ ഒത്ത നടുവിൽ നിന്നാണ് ശബ്ദത്തിന്റെ ഒരു വിത്തു പൊട്ടിമുളച്ചതെന്ന് അന്ധഗായകന്മാർ പാടുന്നു. പാടുമ്പോൾ അവന്റെ വിരൂപമായ മുഖം മധുരം നിറഞ്ഞ ഒരു ഉദ്യാനമാകുന്നത് നാമൊരുമിച്ച് ആസ്വദിച്ചതാണല്ലോ. അവന്റെ ഗാനം ഉദാത്തമായൊരു സ്വരശില്പമാണ്. ലെബനോണിലെ പ്രാക്തനമായ അരങ്ങുകളിൽ അവൻ ഒളിപ്പിച്ചുവച്ചിരിക്കുന്ന നീലനിറമാർന്ന മുദ്രകളുണ്ട്. ശൈത്യകാലത്തെ വനസഞ്ചാരം പോലെയാണ് എനിക്കവനെക്കുറിച്ചുള്ള ഓർമ്മകൾ. പ്രിയപ്പെട്ടവളേ, നമ്മുടെ സമാഗമത്തെ അനശ്വരമാക്കിയവരിൽ ഒരാൾ അവൻതന്നെ അല്ലേ? നമുക്കവന് വിരുന്നൊരുക്കാം.

ജിബ്രാൻ

ജോസഫൈൻ,

ഓർമ്മകൾക്കു തീ പിടിക്കുമ്പോൾ മാത്രം സംഭവിക്കുന്ന ഒന്ന് - അതിപ്പോൾ സംഭവിച്ചിരിക്കുന്നു. പുഴക്കരയിലെ പഴക്കം ചെന്ന ഒരുദ്യാനം - അത് ജലം കവർന്നെടുത്തിരിക്കുന്നു. കുഞ്ഞുങ്ങളോടും പേരറിയാക്കിളികളോടും നാം എന്തുപറഞ്ഞാണ് അവരെ ശാന്തരാക്കുക. നോക്കൂ, നമ്മുടെ നിശ്ശബ്ദതയ്ക്കു മുകളിലൂടെയാണ് ഈ ഉദ്യാനം ഒഴുകിപ്പോകുന്നത്. നമുക്കീ ഒഴുക്കിനെ തടഞ്ഞു നിർത്താനാവില്ല. ഭൂമിയെക്കാളും പഴക്കമുള്ള ഒരു പ്രണയശില്പം ഒഴുക്കിനു മുകളിൽ തലയുയർത്തിപ്പിടിച്ചു നില്ക്കുന്നത് നമുക്കിപ്പോഴും കാണാം. നമ്മുടെ നിമിഷങ്ങൾ - അതിത്രമാത്രം വിഷാദം നിറഞ്ഞതാണോ. ഒഴുകിമറയുംവരെ നമ്മുടെ ചിറകുകൾ നനയാതെ ചേർത്തു പിടിക്കാം.

ജിബ്രാൻ

പ്രിയപ്പെട്ട ജെ,

നക്ഷത്രാലംകൃതമായ നഭസ്സ് ഭൂമിയെ
ചുംബിക്കുന്ന നിമിഷം-അതെത്ര ദീപ്തവും മധുരവും
സുന്ദരവുമാണ്. കാവ്യവിഷയങ്ങളിൽ ഒന്നായി നീയീ
നിമിഷത്തെ ഹൃദയത്തിലേക്കു ചേർത്തുവയ്ക്കുമ്പോൾ
സമുദ്രനീലിമ പോലും നിന്നെ അഭിനന്ദിക്കുന്നു.
ഹേമന്തത്തിന്റെ തളിരിലകൾ മേഘങ്ങളെ ചുംബിക്കും
മുൻപ് നീ എഴുതിയ വരികൾ - പർവതങ്ങളിൽ നിന്നു
ഭൂമിയിലേക്കൊഴുകുന്ന നീരൊഴുക്കുകളിൽ കാലം
സ്നാനം ചെയ്യാറുണ്ടെന്ന് - എത്ര ഉദാത്തവും
കുലീനത്വവുമാർന്ന വരികൾ. പ്രിയപ്പെട്ടവളേ,
സമുദ്രതീരത്തിരിക്കുമ്പോൾ, തിരമാലകൾ നൃത്തം
ചവിട്ടി വന്ന് എന്റെ നിശ്ശബ്ദതയെ ചുംബിക്കുമ്പോൾ
വീണ്ടും ഞാൻ നിന്നെ ഓർമ്മിക്കുന്നു.
ഏതു മേഘക്കൂടാരത്തിനുള്ളിലിരുന്നാണ്
പേലവമായ എന്റെ ഗാനം നീ കേൾക്കുക.
ഏതു തിരമാലയ്ക്കുള്ളിലിരുന്നാണ് നീ എന്റെ
ഹൃദയത്തെ ചുംബിക്കുക.

ജിബ്രാൻ

പ്രിയപ്പെട്ട മേരിഹസാക്കൽ,

പകലെഴുതിയ പ്രണയലേഖനങ്ങൾ ഇതാ ഈ ഉദ്യാനത്തിനു നടുവിലെ തടാകത്തിൽ ഒഴുകി നടക്കുന്നു. നമ്മൾ വന്നിരിക്കാറുള്ള പാർക്കിലെ ഒറ്റത്തണൽ മരം ആരോ നശിപ്പിച്ചിരിക്കുന്നു. നിശ്ശബ്ദതയുടെ അവസാന നിമിഷത്തിനു തീപിടിച്ചിരിക്കുന്നു. വെള്ളിൽപ്പക്ഷികൾ ഭയചകിതരായി നിലവിളിക്കുന്നു. ചക്രവാളം തണുത്തുറഞ്ഞ് ഭീകരസത്വം പോലെ വാപിളർത്തി നില്ക്കുന്നു. നമ്മുടെ മുന്നിൽ വസന്തത്തിന്റെ വരവറിയിച്ചുകൊണ്ടു നടന്നുപോകുന്നുണ്ട്. അവരാരാണ്? ലെബനോണിലെ വൃദ്ധഗായകരുടെ മുഖമാണവർക്ക്. അവർ നമ്മുടെ ആനന്ദത്തിനൊപ്പം ചേർന്നാണു ഗാനമാലപിക്കുന്നത്. നോക്കൂ, എല്ലാം കത്തി അമരുമ്പോഴും നമുക്കുവേണ്ടി തുടിക്കുന്ന എത്രയെത്ര ഹൃദയങ്ങൾ പാട്ടുപാടാൻ ഒരുങ്ങി നില്ക്കുന്നു. അവരുടെ ഗാനമാധുരിയിൽ വസന്തരാഗങ്ങൾ കൊരുത്തുവച്ചതാരാണ്.

ജിബ്രാൻ

പ്രിയപ്പെട്ട മേരി,

പ്രണയത്തിന്റെ ഗോപുരവാതുക്കലിൽ വന്നു നിന്ന് പാടുന്ന പക്ഷികളെ നീ കണ്ടിരുന്നോ? പുലരുവോളം ഞാനവയുടെ ശ്രുതിമധുരമായ ഗാനാലാപനം കേട്ടിരിക്കുകയായിരുന്നു. പാട്ടുകഴിഞ്ഞ് അവരൊന്നായി കിഴക്കൻ പർവത താഴ്‌വാരത്തിലേക്കു പറന്നുപോയി. എനിക്കവരെ പിൻതുടരണമെന്നുണ്ടായിരുന്നു. പക്ഷേ, എന്റെ തൂവലുകൾ ഒന്നായി ചേർത്തുവച്ച്, അതിനുള്ളിൽ ഒരു കുഞ്ഞിനെപ്പോലെ മയങ്ങുന്ന നിന്നെ ഉണർത്താതെ എനിക്കവർക്കൊപ്പം പോകാനാവില്ലല്ലോ. നോക്കൂ, ആ പക്ഷികൾ വരുന്നതും കാത്ത് ഞാനിപ്പോഴും ഇവിടെ തന്നെ ഇരിക്കുന്നു. നീ എവിടെയാണ്. അവർക്കു വേണ്ടി നീ ഒരുക്കിവച്ചിരിക്കുന്ന ഗാനം ഏതു കൂട്ടിനുള്ളിലാണ് ഒളിപ്പിച്ചുവച്ചിരിക്കുന്നത്. ഇതാ, ഇരുൾ മൂടിയ മേഘങ്ങൾക്കുള്ളിൽ നിന്ന് നിന്റെ ഗാനം കേൾക്കാനാകണം നക്ഷത്രങ്ങൾ ഭൂമിയിലേക്ക് ഉറ്റുനോക്കുന്നു. ഞാനെത്ര ഭാഗ്യവാനാണ്. പക്ഷികളെപ്പോലെ പാടുന്ന ഒരുവൾ എനിക്കുമുണ്ടല്ലോ.

ജിബ്രാൻ

എമിലി

കഴിഞ്ഞ സായാഹ്ന വിരുന്ന് എത്ര ഭംഗിയുള്ളതായിരുന്നു. നീ എന്നോടൊപ്പം നൃത്തം ചെയ്ത ആ രാവ് ഇപ്പോഴുമെന്നെ പുളകിതനാക്കുന്നു. നൃത്തത്തിനൊടുവിൽ അവിടേക്കൊഴുകി വന്ന ഗന്ധം നമ്മെ ഹർഷോന്മാദിയാക്കുമോ എന്നു വരെ നാം സംശയിച്ചു. വിരുന്നു കഴിഞ്ഞിറങ്ങുമ്പോൾ നീ തൂവലുകളെല്ലാം ഒതുക്കി എന്റെ ഹൃദയത്തിലേക്കു ചേർന്നു മയങ്ങുകയായിരുന്നു. നിന്നെ ഉണർത്താതെ, കവിളിൽ ഞാൻ തന്നെ ചുംബനങ്ങൾ - ആ നിമിഷം ഇതാ ഒരിക്കൽകൂടി വരികയായി. സായാഹ്ന വിരുന്നിൽ നമുക്കിനിയും നൃത്തം ചെയ്യേണ്ടതുണ്ട്. നൃത്തം ചെയ്യുമ്പോൾ നമ്മുടെ അധരങ്ങൾ എത്രവേഗത്തിലാണ് മൗനത്തിലാകുന്നത്.

ജിബ്രാൻ

പ്രിയപ്പെട്ടവളേ,

വേനലിന്റെ പകലറുതിയിൽ നമുക്കൊരു ശീതീകരിച്ച കൂടാരം ഒരുക്കിത്തന്ന അജ്ഞാതസുഹൃത്തിനെ ഒരിക്കൽകൂടി വിരുന്നിനു ക്ഷണിക്കാം. അവനെന്തു സമ്മാനം കൊടുത്താണ് നമ്മുടെ സ്നേഹം ഉയർത്തിക്കാണിക്കാനാകുക. ലില്ലിപ്പൂക്കൾ വിരിയുന്ന ഗ്രാമത്തിൽ നിന്നാണ് അവൻ വരുന്നതെങ്കിൽ പളുങ്കുമണികൾ കൊണ്ടൊരുക്കിയ
ഈ നാദോപകരണം അവനു നല്കാം. അവൻ പാടട്ടെ. നമുക്കുവേണ്ടി പാടുന്ന ഓരോ പാട്ടിലും നക്ഷത്രങ്ങളുടെ അനശ്വര നൃത്തമുണ്ടായിരിക്കും. നക്ഷത്രങ്ങൾക്കൊപ്പം നൃത്തമാടാൻ മേഘങ്ങൾ വല്ലാതെ കൊതിക്കുന്നുണ്ടാകും. മേഘങ്ങളാടുമ്പോൾ ആകാശം എത്ര ഭംഗിയുള്ളതായിരിക്കും.
നോക്കൂ, എത്ര ഭംഗിയിലാണ് ഈ പ്രപഞ്ചനൃത്തം ഒരുങ്ങിയിരിക്കുന്നത്. പ്രണയത്തിനുമാത്രം ലഭിക്കുന്ന ഈ അപൂർവ ബഹുമതി നമുക്കു ശിരസ്സിലണിയാം.

ജിബ്രാൻ

ജോസഫൈൻ,

സമുദ്രം, അതിന്റെ അഗാധതയിൽ നിന്നൊരു മുത്ത് എനിക്കുനേരെ വച്ചുനീട്ടുന്നു. തടാകം, അതിന്റെ കുഞ്ഞോളങ്ങളിൽ നിന്നൊരു പൂവ് എനിക്കുനേരെ വച്ചു നീട്ടുന്നു. പുഴ, അതിന്റെ കാവ്യമനസ്സിൽ നിന്നൊരു വെള്ളാരംകല്ലെടുത്ത് എനിക്കുനേരെ വച്ചുനീട്ടുന്നു. പർവതം, അതിന്റെ പൗരുഷത്തിൽ നിന്നൊരു മൂർച്ച എനിക്കുനേരെ വച്ചുനീട്ടുന്നു. ആകാശം, അതിന്റെ അഭിജാതവേദിയിൽനിന്ന് ഒരു കന്യാനക്ഷത്രം എനിക്കുനേരെ വച്ചുനീട്ടുന്നു. പ്രിയപ്പെട്ട ലെബനോൺ വസന്തമേ, അലങ്കാരങ്ങളൊഴിഞ്ഞ എന്റെ മനസ്സ് നീ ഒരിക്കൽകൂടി ഭംഗിയാക്കൂ. ഞാനീ സൗന്ദര്യം ആസ്വദിച്ച് തോണി തുഴയട്ടെ.

ജിബ്രാൻ

പ്രിയപ്പെട്ട എമിലി,

മൗനത്തിന്റെ അവസാന ജാലകവും തുറന്നു വരുന്ന വെള്ളിൽപ്പക്ഷികൾക്കു മുകളിൽ ആകാശം ഒരുദ്യാനമൊരുക്കി കാത്തിരിക്കുന്നു. പുഴയിലെ നക്ഷത്രമുഖമുള്ള ചിപ്പികൾ നീലനിറമുള്ള ആഴക്കാഴ്ചകൾ തുന്നി ഒരു ക്യാൻവാസ് ഒരുക്കിയിരിക്കുന്നു. പൂവുകളിൽ നിന്നൊഴുകി വരുന്ന അഭിജാതഗന്ധം പ്രണയോന്മാദിയായ രാവിനെ കോരിത്തരിപ്പിക്കുന്നു. ചക്രവാളത്തിലേക്കു പറന്നു കയറിയ നിറക്കൂടുകൾ സ്വപ്നശലഭങ്ങളിലേക്കു പെയ്തിറങ്ങുന്നു. നോക്കൂ, തേനീച്ചകളും വെള്ളിൽപ്പക്ഷികളും കൂടൊരുക്കുന്നതുകാണാൻ ദൈവം നമുക്കായി തുറന്നിട്ടിരുന്ന ഒരൊറ്റവഴിയാണത്. മേഘജാലകം തുറന്നു വരുന്ന ഓരോ രാവും ദിവ്യമായൊരു ആലിംഗനം കൊതിക്കുന്നുണ്ട്. പ്രിയപ്പെട്ടവളേ, ഈ രാവിനു മുകളിൽ നമുക്ക് നഗ്നരായി നൃത്തമാടാം. നമ്മുടെ ശ്വാസവേഗങ്ങളിൽ നിന്ന് പുതിയ ഗന്ധവും നാദവും ഉണ്ടാവട്ടെ.

ജിബ്രാൻ

ബാരി,

ഹൃദയത്തിനുള്ളിൽ നീ കൂടുകൂട്ടിയിട്ട് ഇന്നത്തേക്ക് ഒരു വസന്തം കഴിഞ്ഞിരിക്കുന്നു. വെള്ളിനൂലുകളാൽ അതിൽ സ്വപ്നജാലകങ്ങൾ തുന്നിപ്പിടിപ്പിച്ചിട്ട് ഇന്നത്തേക്ക് ഒരു ഹേമന്തം കഴിഞ്ഞിരിക്കുന്നു. ശൈത്യം കൂടു തുറന്നു പുറത്തിറങ്ങും മുൻപ് നമുക്കൊരിക്കൽ കൂടി വേനലിനെക്കുറിച്ചു പാട്ടു പാടേണ്ടതുണ്ട്. വസന്തമൊരുക്കിയ വിരുന്നുശാല നമുക്കൊരിക്കൽ കൂടി വൃത്തിയാക്കേണ്ടതുണ്ട്. തളിർത്ത പീലികളാൽ അലങ്കരിച്ച ഒരു കൂട് എനിക്കു ചുംബനങ്ങൾകൊണ്ട് അലങ്കരിക്കണമെന്നുണ്ട്. ചുംബിക്കുമ്പോൾ നീ എന്തിനാണിത്ര ചുവക്കുന്നത്. ഇതുകണ്ടിട്ടാണോ വസന്തശലഭങ്ങൾ ഓർമ്മകൾക്കുള്ളിൽ ഒളിച്ചിരിക്കുന്നത്. പ്രിയപ്പെട്ടവളേ, നിന്റെ അധരങ്ങളിൽ തളിർത്തു നില്ക്കുന്ന ഋതുക്കൾ എനിക്കൊന്നൊന്നായി ചുംബിച്ചെടുക്കണമെന്നുണ്ട്. പൂവുകളോടു നീ കാണിക്കുന്ന അതേ സ്നേഹം എന്നോടും കാട്ടുകില്ലേ?

ജിബ്രാൻ

മേയ്സിയാദാ,

പാരിതോഷികങ്ങൾ നിറഞ്ഞ ഈ രാവിനു ഞാൻ നിന്റെ പേരിടുന്നു. ഓർമ്മകൾക്കു നടുവിൽ ആ പേര് നക്ഷത്രാലംകൃതമായ ആകാശത്തെ എനിക്കു കാട്ടിത്തരും. പുളകിതഗാത്രരായ കൊള്ളിമീനുകൾ ചില്ലുജാലകം തുറന്ന് ഒഴുകി വരുന്നതു ഞാനറിയുന്നുണ്ട്. നിന്റെ പുഷ്പാധരങ്ങളിൽ തുളുമ്പിയ മധു ചുംബിച്ചെടുക്കുന്നതും മാറിടത്തിലെ അകളങ്കിതമായ പൂമൊട്ടുകളിൽ മിഴിയുരുമ്മതും ഞാനറിയുന്നുണ്ട്. പ്രിയപ്പെട്ടവളേ, ഈ രാവ് പെയ്തിറങ്ങും മുൻപ് നീയെന്റെ തല്പം അലങ്കരിക്കേണ്ടതുണ്ട്. മുന്തിരിവീഞ്ഞു പോലെ സ്നിഗ്ദ്ധമായ ഈ രാവ് നിന്റെ നഗ്നത കൈക്കുമ്പിളിലേക്കു കോരിയെടുക്കുന്നു. വിരലുകളിലൂടൂർന്ന് താഴേക്കു തുളുമ്പുന്ന ഈ മധു മാത്രം മതി എനിക്കാസ്വദിക്കാൻ. എന്റെ ദാനത്തിന്റെ ആഴങ്ങൾ ഒരിക്കലും നിറയാതിരിക്കട്ടെ.

ജിബ്രാൻ

എമിലി,

വെള്ളാരംകണ്ണുകൾ കൊണ്ടു നീയെന്നെ തലോടുമ്പോൾ ഈ താഴ്‌വാരം പൂവിടുന്നത് ഞാനറിയുന്നു. പർവ്വതങ്ങളിൽ നിന്ന് ഉത്സാഹത്തോടെ ഒഴുകി വരുന്ന ഈ അരുവിയിൽ നിന്റെ നഗ്നത അലിഞ്ഞു ചേരുന്നു. കേൾക്കൂ, നിന്റെ വിരലുകൾ മുന്തിരിയിലകൾ പോലെ സ്നിഗ്ദ്ധമുഗ്ദ്ധമാണെന്ന് പേരറിയാക്കിളികൾ വിളിച്ചു പറയുന്നു. ഞാനെത്ര നിസ്സാരനാണെന്നു തിരിച്ചറിയുന്ന ഒരു നിമിഷം - ആ ഒരു നിമിഷം ഒരു കടൽപ്പക്ഷിയെപ്പോലെ എന്റെ കിനാവുകൾക്കു മേലെ പറന്നിറങ്ങുന്നു. 'നിന്റെ പൂത്തുലഞ്ഞ നഗ്നതയിൽ നിന്നൊരിതൾ എന്റെ പുരുഷനിലേക്ക് ഒഴുകി വരുന്നതു ഞാൻ കിനാവ് കാണുന്നു. മുന്തിരിയിലകൾ കൊണ്ടു നീ മറച്ചു വച്ച മധുരം എന്റെ നാവിലേക്കു പെയ്തിറങ്ങിയിരുന്നുവെങ്കിലെന്ന് ഞാനറിയാതെ ആശിച്ചുപോകുന്നു. എന്റെ നെഞ്ചിലേക്കു നീ ഒഴുകിയാലും. വെള്ളാരംകണ്ണുകൾ കൊണ്ടു നീയെന്നെ ചുംബിച്ചുണർത്തുംവരെ നീ ഒഴുകിക്കൊണ്ടേയിരിക്കുക.

ജിബ്രാൻ

പ്രിയപ്പെട്ട ഹാലാ,

ഓർമ്മകൾക്കു കുറുകെ വസന്തത്തിന്റെ തൂവലുകൾ കൊണ്ടൊരുക്കിയ ഒരു പാലം. പറുദീസയിലേക്കുള്ള ഒരൊറ്റവഴി ഇതിലൂടെയാണെന്ന് നീ ഇപ്പോഴും പറയുന്നു. എന്റെ തലകീഴായ ഓർമ്മകൾക്കു താഴെ കലങ്ങി മറിഞ്ഞൊഴുകുന്ന ഒരു നദി. നദിയിൽ കേളീപത്മം ചൂടിയ നാഗങ്ങൾ നാവു നീട്ടിയിരിക്കുന്നു. നമ്മുടെ മിഴികൾ എത്ര വേഗമാണ് സ്വപ്നം കാണുവാൻ വേണ്ടി അടച്ചുകളഞ്ഞത്. മിഴികൾക്കു താഴെ ഒരു ഷഡ്പദം വിരുന്നുകാരനെ പ്പോലെ ഒഴുകിയെത്തുന്നു. സമൃദ്ധമായ നിന്റെ പീലികൾ ഒന്നിളകിയാൽ മതി പറുദീസയുടെ മുഖമണ്ഡപങ്ങൾ ഒന്നൊന്നായി തെളിഞ്ഞുവരും. നിശ്ശബ്ദത കൊണ്ടൊരുക്കിയ തോണികൾ സമുദ്രനീലിമയിലേക്ക് ഒഴുകി വരും. നീ പാടാൻ കൊതിക്കുന്ന ഗാനം - എനിക്കറിയാം മേഘങ്ങളുടെ പ്രണയ സല്ലാപങ്ങളിൽ നിന്നു കൊരുത്തെടുക്കുന്ന പേലവമായ ഗാനം - അതിപ്പോഴുമെന്റെ ഹൃദയത്തിലിരുന്നു തുളുമ്പുന്നു.

ജിബ്രാൻ

ബാരി,

സമുദ്രത്തിലേക്കു തോണിയിറക്കും പോലെയാണു ഞാൻ നിന്നെ പ്രണയിച്ചു തുടങ്ങിയത്. ഞാനൊരു മുക്കുവനോ കടൽസഞ്ചാരിയോ ആയിരുന്നില്ല. എനിക്കൊരു ഉന്മാദിയെപ്പോലെ പ്രണയ സമുദ്രത്തിൽ ഒഴുകി നടക്കാനാണിഷ്ടം. നിന്റെ മത്സ്യക്കുഞ്ഞുങ്ങളോടൊത്ത് കിനാവു കണ്ടൊഴുകാൻ എനിക്കിഷ്ടമായിരുന്നില്ല.

തീരത്തെ മാറോടു ചേർത്ത് നീ അമർത്തി ചുംബിക്കുമ്പോൾ ഞാൻ വികാരം കൊള്ളാറുണ്ട്. നിന്റെ ചുഴികളിൽ അലിഞ്ഞുചേരുന്ന നിമിഷങ്ങൾ കോരിയെടുത്ത് ഹൃദയത്തിലേക്കു ചേർത്തു വയ്ക്കണമെന്നുണ്ട്. കടൽപ്പക്ഷികൾ നിന്റെ നഗ്നതയ്ക്ക് മുകളിൽ നൃത്തം ചവിട്ടുമ്പോൾ അതിലൊരു നിമിഷമാകാൻ ഞാനിപ്പോഴും കൊതിക്കാറുണ്ട്. സമുദ്രതീരത്തെ ഈ പുരാതനമായ കൊട്ടാരം നിനക്കുവേണ്ടി ഞാൻ മോടി പിടിപ്പിച്ചിരിക്കുന്നു. നീ സമുദ്രം വിട്ടു മത്സ്യകന്യകയായി നീന്തി വരുന്നതു കാത്ത് കൊട്ടാരവാതുക്കൽ ഞാനിരിക്കുന്നു.

ജിബ്രാൻ

പ്രിയപ്പെട്ട ജെ,

പഴക്കമേറിയ വാക്കിനാൽ നിലാവു വരയ്ക്കാൻ ധൈര്യപ്പെടുന്നത് ഞാൻ കണ്ടു. നിനക്കെന്താണു സംഭവിച്ചത്? സൈപ്രസ് മരങ്ങളിൽ നിന്നു പെയ്തിറങ്ങുന്ന തളിരിലകളെ നോക്കി നീ എന്താണ് വിളിച്ചു പറഞ്ഞത്? നിലാവിൽ മേഘശകലങ്ങൾ പോലെ തോന്നിക്കുമായിരുന്ന ആ തളിരിലകൾ നീയെന്തിനാണ് ചവിട്ടിമെതിച്ചത്. എനിക്കറിയാം; നഷ്ടപ്പെട്ട ദിനങ്ങളെ ഓർത്ത് നീ വല്ലാതെ വേദനിക്കുന്നുണ്ടെന്ന്. വരൂ, ചുംബനത്തിനൊടുവിൽ നീ സൂക്ഷിച്ചുവച്ചിരുന്ന ഊഷ്മളമായ ഒരു നിമിഷം. ഞാനതിപ്പോഴും ഓർമ്മയിൽ കൊരുത്തുവച്ചിട്ടുണ്ട്. നമ്മുടെ ചുണ്ടുകൾക്കിടയിൽനിന്ന് പുറപ്പെട്ടുപോയ ഒരു വാക്ക് - അത് സ്നേഹഭരിതമായ ഒരു വാക്കായിരുന്നെന്ന് നമുക്കിപ്പോൾ തോന്നി ത്തുടങ്ങിയിരിക്കുന്നു. നിന്റെ പേലവ സുഗന്ധിയായ വാക്കുകളുടെ കടുത്ത ആരാധകനാണ് ഞാൻ. പ്രിയപ്പെട്ടവളേ, നിന്റെ ഹൃദയത്തിലേക്കു ഞാനിതാ ക്ഷണിക്കപ്പെടാതെ വരുന്നു. ഈ പുഴയിൽ നമുക്കൊരു തോണിയാകാം.

ജിബ്രാൻ

ഹാലാ,

നാഴികമണികൾ കൊണ്ടലങ്കരിച്ച ഒരു രാവിലൂടെയാണ് ഞാനിന്നലെ ഒഴുകിനടന്നത്. ജലകന്യകമാരുടെ കേളീസൗധങ്ങൾ എനിക്കു കാണാമായിരുന്നു. അവരിപ്പോഴും വാനമ്പാടികളെ പ്പോലെ മധുരഗീതങ്ങൾ ആലപിക്കാറുണ്ട്. നിശ്ശബ്ദമായതെന്തും അവർ ഹൃദയത്തിലേക്കു ചേർത്തുവച്ചു. ഉദ്യാനത്തിനു നടുവിൽ കെട്ടിയു യർത്തിയ വേദിയിലേക്ക് അവരെന്നെ ക്ഷണിച്ചു. ഒരു നിമിഷംകൊണ്ട് ഞങ്ങൾ നർത്തകരായി. കടലിൽനിന്നു വിരുന്നുവന്നവർ ഞങ്ങളെ കണ്ട് അത്ഭുതപ്പെട്ടു. വിരുന്നുകാരിൽ ചിലർ എന്റെ പേര് ഉച്ചത്തിൽ വിളിച്ചുപറയുന്നുണ്ടായിരുന്നു. എനിക്ക് എന്നോടുതന്നെ അഭിമാനം തോന്നി. ആ നിമിഷം ഒരത്ഭുതം കൂടി സംഭവിച്ചു. വരണ്ടുണങ്ങിയ എന്റെ വേനൽചില്ലകൾ തളിർത്തു തുടങ്ങിയിരുന്നു. അതിൽ പുതിയ വേരുകൾ മുളച്ചിരുന്നു. ജലകന്യകമാരുടെ താഴ്‌വാരങ്ങളിലേക്ക് നമുക്ക് ഒരിക്കൽകൂടി പോകാം. ഇളംനീല നിറമാർന്ന പൂക്കൾ ചൂടി നീ വരിക.

ജിബ്രാൻ

പ്രിയപ്പെട്ട ജെ,

ഓരോ ഋതുവിനും ഗുപ്തമായൊരു അനുരാഗമുണ്ട്. കവികൾ അതു തേടിക്കൊണ്ടേയിരിക്കുന്നു. മഞ്ഞുകൂടാരത്തിലിരിക്കുമ്പോഴെല്ലാം ഞാനോർമ്മിക്കുകയായിരുന്നു, നീ എത്ര മധുരമായാണ് ഓരോ ഋതുവിനോടും സംസാരിക്കുന്നതെന്ന്. നിലാവിനോടു കാണിക്കുന്ന അതേ രാഗഭാവം നീ ഋതുക്കളോടും കാണിക്കുന്നു. എനിക്കു ഋതുക്കളോട് അസൂയയുണ്ട്. പ്രിയപ്പെട്ടവളേ, നിന്റെ കവിതകളിൽനിന്നൊരിതൾ എന്റെ ഹൃദയത്തിലേക്കു ചേർത്തുവയ്ക്കില്ലേ? അചുംബിതമായ ആ രാഗദളം എന്റെ നിമിഷങ്ങളെ എത്രമാത്രം മുഗ്ദ്ധമാക്കുമെന്ന് എനിക്കു സ്വപ്നം കാണാൻ കൂടി ആകുന്നില്ല. വസന്താരംഭത്തെക്കുറിച്ചു നീ ചൊല്ലിത്തന്ന പല്ലവികൾ ഇപ്പോഴുമെന്റെ കൂട്ടിലുണ്ട്. ഏറ്റുപാടാൻ നീ വരില്ലേ? ഋതുക്കളുടെ കുടമാറ്റങ്ങൾ ഈ സമുദ്രതീരത്തിരുന്നാൽ ശരിക്കും കാണാം. അസ്തമയകാന്തിക്കപ്പുറത്തുനിന്നു മേഘങ്ങളുടെ ഘോഷയാത്ര കടന്നുവരുംമുൻപ് നീ വരിക. വെള്ളിത്താലത്തിൽ നിറച്ചുവച്ചിരിക്കുന്ന മുന്തിരിച്ചാറിൽ നമുക്കു ചുണ്ടുകൾ നനയ്ക്കാം. നമുക്കൊരേ വെള്ളില വള്ളികളിലൂടെ ആകാശത്തിലേക്ക് ഒഴുകി നിറയാം.

ജിബ്രാൻ

ബാരി,

വിലപ്പെട്ടതെന്തും നമുക്കൊരിക്കൽ ഉപേക്ഷിക്കേണ്ടി വരുമെന്നു നീ നുണപറഞ്ഞത് ഇപ്പോഴുമെന്റെ ഓർമ്മയിലുണ്ട്. നദിക്കരയിൽനിന്നു താഴ്‌വാരത്തിലേക്കു നടക്കുമ്പോൾ - ആ മുന്തിരിവള്ളി ഇപ്പോഴും എന്നെ നോക്കി അഭിവാദ്യം ചെയ്യാറുണ്ട്. എനിക്കതിന്റെ പ്രായം കണക്കാക്കാനറിയില്ല. അതെനിക്കു പ്രിയപ്പെട്ടതാണ്. നോക്കൂ, അതെന്നെ ആർദ്രമായ മിഴികളോടെ സ്വാഗതം ചെയ്യുന്നതു നീ കാണുന്നില്ലേ? എന്നോടു നീ പറഞ്ഞ സുന്ദരമാർന്ന നുണകൾ - ഓരോ ശിശിരകാലം കഴിയുമ്പോൾ അതു കൂടുതൽ ആനന്ദദായകമായിത്തീരുന്നു. ഹേമന്തം വരും മുൻപ് വിളറി വെളുത്ത ഈ ഉദ്യാനം നമുക്കൊരുമിച്ചു മോടിപിടിപ്പിക്കേണ്ടതുണ്ട്. ലെബനോണിലെ മുന്തിരിത്തോട്ടങ്ങളുടെ ഭംഗി അതിനു ചുറ്റിലുമുണ്ടാകണം. നക്ഷത്രങ്ങൾകൊണ്ട് അതിന്റെ കവാടം അലങ്കരിക്കണം. എന്റെ പഴയ വീര്യമേറിയ സുഹൃത്ത് മുന്തിരിവള്ളി എല്ലാവർക്കുമായി സ്വാഗതം പറയട്ടെ. ഉദ്യാനം ഒരുക്കിത്തീരുംവരെയെങ്കിലും നമുക്ക് ചുംബിച്ചുനില്ക്കാം.

ജിബ്രാൻ

പ്രിയപ്പെട്ട എമിലി,

കുഞ്ഞുങ്ങൾ നക്ഷത്രങ്ങൾ എണ്ണിയെടുക്കും പോലെയാണ് നീ പുഴയിൽനിന്നു വെള്ളാരംകല്ലുകൾ പെറുക്കിയെടുക്കുന്നത്. പുഴയുടെ ഇഷ്ടക്കേടുകൾ നമുക്കറിയില്ലല്ലോ. ഇതാ നാം നോക്കിനില്ക്കെ പുഴയിലെ ജലപ്പരപ്പ് ഉയരുന്നു. നീ പെറുക്കിക്കൂട്ടിയ വെള്ളാരംകല്ലുകൾ പുഴയിൽ അലിഞ്ഞു പോകുന്നു. തണുപ്പാർന്ന രാവിൽ ഏകാന്തതയോടു കൂട്ടുചേർന്ന് നീ ഇപ്പോഴും വെള്ളാരംകല്ലുകൾ അന്വേഷിച്ചു നടക്കുന്നു. ചില്ലുജാലകത്തിനു വെളിയിൽ നിലാവിന്റെ സ്നിഗ്ദ്ധസ്പർശങ്ങൾ നിന്റെ മിഴികളിൽ ഒഴുകിനടക്കുന്നതു ഞാൻ കാണുന്നുണ്ട്. ഏകാന്തതയോട് നിനക്കു പ്രണയമാണോ?

വെള്ളാരംകല്ലുകൾ കൊണ്ടൊരുക്കിയ തല്പത്തിൽ നീ മയങ്ങിക്കിടക്കുന്നത് ഇപ്പോഴുമെന്റെ സ്വപ്നത്തിലുണ്ട്. സ്വപ്നത്തിൽനിന്നു പുറത്തേക്കു കടക്കുന്ന വഴിയിൽ പ്രണയോന്മാദിയായ ഒരു മേഘം കാത്തുനില്പുണ്ടാവും. അതു ഞാനാണ്.

ജിബ്രാൻ

പ്രിയപ്പെട്ട ജെ,

നിശ്ശബ്ദതയിൽ നിന്നൊരു മേഘം അണിഞ്ഞൊരുങ്ങി ഇതാ നമ്മുടെ മൗനത്തിന്റെ നെറുകയിൽ വന്നിരിക്കുന്നു. നമുക്കതിനെ രാവോളം ചുംബിച്ച് പ്രഭാതത്തിലെത്തുന്ന ആദ്യകിരണത്തിലേക്കു പറത്തിവിടാം. രാവിൽ, നീ മേഘത്തെപ്പോലെ അണിഞ്ഞൊരുങ്ങിയാണ് വരികയെങ്കിൽ - ഞാനൊരു നിമിഷം സംശയിക്കും. ഞാനാരെയാണ് ആദ്യം ചുംബിക്കുക. പ്രിയപ്പെട്ടവളേ, പേലവമായ ഈ ശരത്ക്കാലരാവിൽ നിന്റെ നഗ്നമേനിയിലൂടെ ഒഴുകിയിറങ്ങുന്ന മേഘത്തെ എനിക്ക് ശരിക്കും കാണാം. മേഘത്തെപ്പോലെ എനിക്കും ഒഴുകാനായെങ്കിൽ ഞാനെത്ര ഭാഗ്യവാനാണ്. ഉദ്യാനത്തിൽ തളിർത്തു നില്ക്കുന്ന പേരറിയാമരങ്ങൾക്കും ആകാശത്തിനു നടുവിൽ നക്ഷത്രമുദ്രകൾ ചാർത്തിപ്പറക്കുന്ന വെള്ളിൽപ്പക്ഷികൾക്കും വേണ്ടി നമുക്കീരാവിൽ ചുംബിച്ചിരിക്കാം.

ജിബ്രാൻ

എമിലി,

മൗനത്തെ സ്നേഹിക്കുന്നവർ എന്തിനാണ് ശബ്ദത്തെ ഇത്രമാത്രം വെറുക്കുന്നത്. വിരുന്നുശാലയിൽ നീ പാടാനൊരുങ്ങി നിന്നപ്പോൾ, ആ നിമിഷം നിശ്ശബ്ദതയുടെ മന്ദഹാസമായിരുന്നു. നീ പാടിത്തുടങ്ങിയപ്പോൾ ഞാൻ കാറ്റേറ്റ പൂമരം പോലെയായി. പാട്ടു പാടുമ്പോൾ നീയൊരു കൊച്ചുകുഞ്ഞിനെപ്പോലെ കണ്ണുകൾ ഇറുക്കി അടച്ചിരുന്നു. അപ്പോഴെനിക്ക് കൗതുകമാണ് തോന്നിയത്. ശലഭങ്ങൾ ഒന്നൊന്നായി പറന്നു വരുംപോലെയായിരുന്നു നിന്റെ ഗാനം. ഓർമ്മയുടെ പുസ്തകത്തിൽ നിന്ന് എനിക്കൊരിക്കൽ ആ ഗാനം കണ്ടെടുക്കേണ്ടതായുണ്ട്. നോക്കൂ, വിരുന്നുശാലയിൽ നിന്നിറങ്ങിവരുന്ന നിന്നെക്കാത്ത് ഹേമന്തത്തിന്റെ ഒരഴക് നില്ക്കുന്നു. പുരാതനമായ ഒരു ചിത്രം (അതു നമുക്കുവേണ്ടി കാലം ഒരുക്കിയെടുത്തതാകാം) അതിന്റെ കൈകളിലുണ്ട്. ഹൃദയത്തിന്റെ ഒത്ത നടുവിൽ നമുക്കത് കൊരുത്തിടാം.

ജിബ്രാൻ

പ്രിയപ്പെട്ട ജെ,

നിന്റെ കവിതകൾക്കു ഞാൻ തുന്നിയ പട്ടുകുപ്പായം ഇതാ ഈ താഴ്വാരത്തിൽ പറന്നു നടക്കുന്നു. എന്റെ ഓർമ്മകൾക്കു മേലെ ചുവപ്പും പച്ചയും കലർന്ന അതിന്റെ തൊങ്ങലുകൾ വീണുകിടക്കുന്നു. നിലാവിനപ്പുറത്തു നിന്നുവരുന്ന തെന്നലിൽ അതിന്റെ കിന്നരികൾ മെല്ലെ ഇളകുന്നുണ്ട്. വാക്കുകൾ നക്ഷത്രങ്ങളെപ്പോലെ എന്റെ ഹൃദയത്തിലേക്കു പെയ്തിറങ്ങുന്നു. വേനലിൽ പൂവിട്ട പർവ്വത താഴ്വാരത്തിലെ ഒറ്റമരം (അതിന് നിന്റെ ഛായയും നിറവുമാണ്) നിന്റെ കവിതകൾക്കാടാൻ ഊഞ്ഞാലിടുന്നു. പ്രിയപ്പെട്ടതെന്തും നമുക്കുന്മേഷം തരുമെന്ന് ആദ്യം പറഞ്ഞതു നീയാണല്ലോ. എവിടെയാണ് നീ ഒളിച്ചിരുന്നുകൊണ്ടു പാട്ടു പാടുന്നത്. നീ വരും വരെ ഈ പട്ടുകുപ്പായത്തിൽ മുഖമമർത്തി ഞാൻ വിലപിക്കട്ടെ.
(നീ എഴുതിയ പോലെ വിലാപങ്ങൾക്ക് ദൈവത്തിന്റെ ശബ്ദമാണല്ലോ.)

ജിബ്രാൻ

മേരി,

പ്രഭാതമെത്തുംമുൻപ് തോട്ടം നനച്ചതാരാണെന്ന് എനിക്കറിയില്ല. മുന്തിരിയിലകളിൽ നിന്നൂർന്ന് ജലകണങ്ങൾ ഇപ്പോഴും താഴേക്കു പതിച്ചു കൊണ്ടിരിക്കുന്നു. ശലഭങ്ങളോടും പൂക്കളോടും ഞാൻ ചോദിച്ചുകൊണ്ടേയിരുന്നു. അവരെത്ര വേഗത്തിലാണ് നിശ്ശബ്ദതയിലൊളിച്ചു കളഞ്ഞത്. പ്രിയപ്പെട്ട സുന്ദരി, ഞാനൊന്നു പറയട്ടെ. തോട്ടത്തിൽ കണ്ട കാല്പാടുകളും പൂവുകളിൽ പടർന്ന അധരസിന്ദൂരവും ഞാനിപ്പോൾ തിരിച്ചറിയുന്നുണ്ട്. എനിക്കറിയാം. വേനൽക്കാലം വരും മുൻപേ നീ തോട്ടത്തിലെത്തിയിരുന്നു. ശലഭങ്ങളോടും പൂക്കളോടും നീ കിന്നാരം പറഞ്ഞിരുന്നു. ലില്ലിപ്പൂക്കൾ കൊണ്ടലങ്കരിച്ച ജലധാരയ്ക്കു നടുവിൽ ഒരു ശില്പം തളിർത്തു നില്ക്കുന്നുണ്ട്. ഞാനങ്ങോട്ടു വരികയാണ്. ശലഭങ്ങൾക്കും പൂക്കൾക്കും നീ നല്കിയ സമ്മാനങ്ങൾ എനിക്കും തരില്ലേ?

ജിബ്രാൻ

എമിലി,

ഇന്നലത്തെ രാവ് ആകാശത്തിൽ നിന്ന് നേരെ ഭൂമിയിലേക്ക് ഇറങ്ങിവരികയായിരുന്നു. ആകാശം അപ്പോഴൊരു മുന്തിരിത്തോട്ടം പോലെ തോന്നിപ്പിച്ചു. ഭൂമിയുടെ ദാഹത്തിനു മുകളിൽ അതൊരു വിശുദ്ധമായൊരു പാനീയം പോലെ തളിർത്തു നിന്നിരുന്നു. രാവിലൂടെ ഒഴുകിയെത്തിയ 'മിന്നൽപ്പുഴ'യിൽ നിന്നാണു നാം സ്നാനപ്പെട്ടത്. നമ്മുടെ കൈവെള്ളയിൽ പുൽപ്പൂക്കളുടെ പരാഗങ്ങളുണ്ടായിരുന്നു. നീ നിന്റെ ചുണ്ടുകളിലേക്കതു പകർന്നുതന്നു. ഞാനാകട്ടെ നിന്റെ ഉടലിൽ മേഞ്ഞുനടന്ന ഒരു കാട്ടുമൃഗമായിരുന്നു അപ്പോഴെല്ലാം. നമ്മുടെ ഉത്സാഹം, നമ്മുടെ ആനന്ദം, നമ്മുടെ കീഴടങ്ങൽ - എല്ലാം ഇന്നലത്തെ രാവിനെ ഓർമ്മപ്പെടുത്തുന്നു. വരൂ, നിദ്രയുടെ നീലക്കയങ്ങളിൽ നിന്ന് നമുക്കൊരിക്കൽ കൂടി സ്നാനപ്പെടാം.

ജിബ്രാൻ

പ്രിയപ്പെട്ടവളേ,

ഓർമ്മയുടെ നിറമെന്താണ്? പഴക്കമേറിയ ഈ പുഴ, അതിലും പഴക്കമേറിയ ഈ തോണി - വിരുന്നുകാരെ പ്പോലെ നാമതിലിരിക്കുന്നു. നക്ഷത്രങ്ങളുടെ നിറമെന്താണ്? പുഴ കടന്നു താഴ്‌വാരത്തിലെത്തുംവരെ നമുക്ക് കിനാവു കാണാൻ ഏതു മേഘമാണ് കൂട്ടുവരിക. ഓർമ്മകളുടേതായ ഒരു ചുവന്ന മേഘം നമുക്കു പിന്നാലെയുണ്ട് എന്നതൊരാശ്വാസമാണ്. നമുക്കതു നോക്കിയിരിക്കാം. അപ്പോഴേക്കും നക്ഷത്രങ്ങളുടെ എഴുന്നള്ളത്ത് നമ്മുടെ കാഴ്ചയുടെ തൊട്ടടുത്തുകൂടി കടന്നുപോകും. വരണ്ട ഈ ഭൂമിയെ എന്തിനാണു മേഘങ്ങളും നക്ഷത്രങ്ങളും അമർത്തി ചുംബിക്കുന്നത്? ചുംബിക്കുമ്പോൾ മേഘച്ചിറകുകൾ കാണാൻ നല്ല ഭംഗിയുണ്ടായിരിക്കുമെന്നു നീ ഇപ്പോഴും പറയുന്നുണ്ടാകാം. ഞാൻ നക്ഷത്രങ്ങളുടെ കൂടെയാണ്. ചുംബിക്കുമ്പോൾ നക്ഷത്രങ്ങൾ എല്ലാം കവരുന്നു. എന്നെപ്പോലെയെന്നു നീ ഇപ്പോഴും പറയുന്നുണ്ടാകും.

ജിബ്രാൻ

മേരി എലിസബത്ത്,

നിലാവിനപ്പുറം ആരോ നട്ടുനനച്ച മുന്തിരിച്ചെടി ഇന്നേറെ വളർന്നിരിക്കുന്നു. ശിശിരം വരും മുൻപ് നമുക്കതു കാണണം. മുന്തിരിപ്പൂക്കളിൽ നിന്റെ വിരലുകൾ തൊടുമ്പോൾ - എനിക്കറിയാം അവ നവോഢകളെപ്പോലെ മുഖം താഴ്ത്തുമെന്ന്. ബിസ്ഹാരിയിലെ ആ പഴയ ചിത്രമെഴുത്തുകാരൻ എനിക്കാരംഗം പകർത്തിത്തരുംവരെ നീ ഹേമന്തത്തിന്റെ കുപ്പായം ചൂടി അവിടിരിക്കുമല്ലോ. തളിർത്ത മേഘങ്ങളിൽ നിന്നൂറിയിറങ്ങുന്ന വസന്തരശ്മികൾ നിന്റെ നെറ്റിത്തടത്തിൽ ചിത്രം വരയ്ക്കുന്നു. ശലഭമിഴികൾ പൂമൊട്ടുകൾ പോലെ തുളുമ്പി നില്ക്കുന്നു. നഗ്നപാദങ്ങളിൽ വീണുകിടക്കുന്ന മുന്തിരിയിലകളിലാകെ നിന്റെ പേരുകൊത്തിയിരിക്കുന്നു. പ്രിയപ്പെട്ടവളേ, ശിശിരം വരുംവരെ നമുക്കു ചുംബിച്ചു നില്ക്കാം.

ജിബ്രാൻ

പ്രിയപ്പെട്ട എമിലി,

ഓർമ്മകളുടെ ഒഴുക്കിൽപ്പെട്ടു ഋതുക്കളെ എനിക്കു തിരിച്ചുകിട്ടിയിരിക്കുന്നു. ഋതുക്കളുമൊത്ത് നമുക്കിന്നൊരു വിരുന്നൊരുക്കാം. താഴ്വാരങ്ങളിലേക്കു പറന്നിറങ്ങുന്ന വെള്ളിൽപ്പക്ഷികൾ ഋതുക്കൾക്ക് ആശംസകൾ നേരുന്നത് ഞാൻ കാണുന്നുണ്ട്. നിന്റെ മൗനം അതിപ്പോഴും ഒരാകാശപ്പക്ഷിയെപ്പോലെ കയർത്തിരിക്കുന്നു. എന്റെ സ്വപ്നങ്ങളിലെ ഏതെങ്കിലുമൊരു ശിഖരത്തിൽ നിനക്കൊരു കൂടൊരുക്കാമല്ലോ, ആനന്ദത്തെ നീ എന്തിനാണ് കൊക്കുകൾകൊണ്ടു കുടഞ്ഞു മുറിവേല്പിക്കുന്നത്. പ്രണയസുഗന്ധം പേറുന്ന ഈ മന്ദസമീരനിൽ കിന്നരിവച്ച് നിന്റെ അളകങ്ങൾ ഒഴുകുന്നതു ഞാൻ കാണുന്നുണ്ട്. താഴ്വാരത്തെ മേഘപ്പൂപോലെ ഞാൻ നിന്നെ ഹൃദയത്തിലേക്കു ചേർത്തുവയ്ക്കുന്നു. നീ നൃത്തമാടി തളരുംവരെ എന്റെ ഹൃദയം അരങ്ങൊരുക്കട്ടെ.

ജിബ്രാൻ

ജെ,

എന്റെ ഹൃദയത്തിലാഴ്ന്നിറങ്ങിയ നോവുകൾ
നീ എന്തിനാണു ചുംബിച്ചെടുത്തത്.
നോക്കൂ, നിന്റെ മധുരാധരങ്ങളിൽ വിടർന്ന
ഹൃദയരക്തത്തെ നോക്കി വാക്കുകൾ
അടക്കിച്ചിരിക്കുന്നു. വിഷാദത്തിന്റെ ഒരു മേഘം
ആകാശച്ചുവട്ടിലേക്കു പതുക്കെ പെയ്തിറങ്ങുന്നു.
എനിക്കതു കണ്ടിരിക്കാൻ വയ്യ.
നിശ്ശബ്ദതയുടെ ഒരാവരണം എന്റെ മിഴികൾക്കു
മുകളിൽ വീഴട്ടെയെന്നു ഞാനാശിക്കുന്നു.
പ്രിയപ്പെട്ട കൊച്ചു നക്ഷത്രമേ, പ്രണയിക്കും
മുൻപ് നമ്മൾ പുൽക്കൊടികളായിരുന്നു.
താഴ്വാരങ്ങൾ പൂവിടുമ്പോൾ നമ്മൾ തളിർത്ത
നാമ്പുകളിൽ അവ കോരിക്കുടിക്കാറുണ്ടായിരുന്നു.
അപ്പോൾ നമ്മൾ ഉന്മാദികളായി മാറും.
എന്റെ ഹൃദയത്തിലേക്ക് ഒഴുകിയെത്തുന്ന
പുഴയുടെ നനവ് എന്നും നീ ആയിരിക്കണമേ
എന്നാണെന്റെ പ്രാർത്ഥന.

ജിബ്രാൻ

മേരി ഹാസ്കൽ,

പളുങ്കുനൂലുകളാൽ നീ കൊരുത്തെടുത്ത ഓർമ്മക്കൂടുകൾ ഇപ്പോഴുമെന്റെ ഹൃദയത്തിലുണ്ട്. പേലവമായൊരു സ്വപ്നം അതിലേക്കു വെളിച്ചം കൊണ്ടുവന്നു. മുഗ്ദ്ധമായൊരു നിമിഷം അതിലേക്കു സംഗീതം കൊണ്ടു വന്നു. നിഷ്കളങ്കമായൊരു തൂവൽ അതിലേക്കൊരു തെന്നൽ കൊണ്ടുവന്നു.

ചെപ്പിലൊളിച്ചിരുന്ന പൂമരങ്ങൾ ആനന്ദത്താൽ കൊട്ടിപ്പാടുന്നത് ഞാൻ കേൾക്കുന്നുണ്ട്. ഞാൻ ദൈവത്തിനോടു നന്ദി പറയുന്നു. ലെബനോണിലെ സുന്ദരമായ രാവുകൾക്കു നടുവിൽ നീ കൊരുത്തെടുത്ത കൂടുകൾ എത്ര മനോഹരമായാണു പ്രകാശിക്കുന്നത്. ഓരോ കൂട്ടിലേക്കും ഒളിഞ്ഞുനോക്കുന്ന നക്ഷത്രങ്ങളോട് ദൈവം കയർക്കുന്നുണ്ടായിരുന്നു. പുലരികളിൽ നീ ഉണർന്നെഴുന്നേല്ക്കുന്നത് ഓർമ്മയുടെ ഏതു കൂട്ടിലാണെന്നറിയാൻ എനിക്കതിയായ കൊതിയുണ്ട്.

ജിബ്രാൻ

എമിലി മിഖേൽ,

മൗനത്തെ എത്രവേഗത്തിലാണു നാം ഉടച്ചു കളഞ്ഞത്. വിരുന്നുശാലയിലെ അനാകർഷകങ്ങളായ പൂപ്പാത്രങ്ങളെനോക്കി നീ സങ്കടപ്പെട്ടത് എനിക്കിപ്പോഴും നല്ല ഓർമ്മയുണ്ട്. നമ്മുടെ മൗനം ഉടഞ്ഞുവീഴാൻ ഒരു കാരണം ആ പൂപ്പാത്രങ്ങളായിരുന്നു. പൂവുകളെ ഒരുക്കിയ ആ ശില്പിയുടെ വിരലുകളെ ഓർത്തു നാം നിലാവത്തിരുന്ന് എത്ര നേരമാണു സംസാരിച്ചത്. നോക്കൂ, വേനൽക്കാലത്തിന്റെ വരവ് അറിയിച്ചുകൊണ്ടുള്ള പക്ഷിയുടെ നൃത്തം നമ്മുടെ ഓർമ്മകളെ അസ്വസ്ഥപ്പെടുത്തുന്നില്ലേ. നമ്മുടെ പകലുകൾക്കിനി നീളം കുറവായിരിക്കും. മടങ്ങിപ്പോകും മുൻപ് രാവിനെക്കുറിച്ചുള്ള ഗീതകങ്ങൾ നമുക്കോർത്തോർത്തു ചൊല്ലാം. നിലാവിനപ്പുറം പെയ്തിറങ്ങുന്ന സ്വപ്നങ്ങളെ നോക്കി നമുക്ക് അസൂയപ്പെടാം. കാരണം അവരാണല്ലോ നമ്മെ പ്രണയിക്കാൻ പഠിപ്പിച്ചത്.

ജിബ്രാൻ

പ്രിയപ്പെട്ട ലെബനോൺ സുന്ദരീ,

ഭൂമിയുടേത് ഒരു വരണ്ട മനസ്സാണെന്നു
ഞാൻ കരുതുന്നില്ല. ഹരിതാഭയാർന്ന ഒരു മനസ്സ്
ഭൂമിയ്ക്കെല്ലായ്പ്പോഴുമുണ്ട്. നോക്കൂ,
നീയെന്നെ പ്രണയിക്കുന്നു, പ്രണയിക്കുന്നു
എന്നു പറഞ്ഞ നിമിഷം ഭൂമി എത്രമാത്രം
സന്തോഷവതിയായിരുന്നുവെന്ന്
ഈ തളിരിലകളുടെ നൃത്തം കണ്ടാലറിയില്ലേ?
നമ്മുടെ നിശ്ശബ്ദതയ്ക്കു മുകളിലൂടെ
പറന്നുപോകുന്ന കിളികൾ ഋതുക്കളുടെ
വരവിനെക്കുറിച്ചാണു പാടുന്നത്. വരണ്ടുണങ്ങിയ
നമ്മുടെ കണ്ണുകൾക്കിനി വസന്തത്തെ
സ്വീകരിക്കാനാകുമോ. എന്റെ ഭയം, അതെ
നീ കരുതുംപോലെ കാർമേഘങ്ങൾ വിഴുങ്ങിയ
ഭയം എന്റെ ഉള്ളിലേക്കു പറന്നിറങ്ങുന്നു.
പ്രഭാതമെത്തുംവരെ എന്റെ മനസ്സിന്റെ ഭിത്തികൾ
അവ ചിറകുകൾകൊണ്ടു തല്ലിത്തകർക്കും.
ഭൂമിയുടെ മനസ്സ് നമ്മുടെ സ്വപ്നങ്ങൾ പോലെ
ഹരിതാഭയാർന്നതാണെന്നു നീയിപ്പോൾ വിശ്വസിച്ചു
തുടങ്ങിയിട്ടുണ്ടാകും. കാരണം നാം ചവിട്ടി നില്ക്കുന്ന
വേനലിനു മുകളിൽ നിന്ന് വസന്തത്തിന്റെ
ആദ്യ വിത്ത് പൊട്ടി പുറത്തുവന്നിരിക്കുന്നു.

ജിബ്രാൻ

ഹാലാ,

ഓർമ്മപ്പുസ്തകത്തിൽ നിന്നു പിണങ്ങിപ്പോയ സങ്കടങ്ങൾ ഇന്നെന്റെ ആനന്ദത്തെ ചുംബിക്കുവാൻ കൊതിക്കുന്നതുപോലെ. ചക്രവാളത്തിലേക്കു പായുന്ന മേഘങ്ങളിലൊരുവൾ ഇതോർത്തെടുത്തതു കൊണ്ടാവണം എന്നെ നോക്കി പുഞ്ചിരിക്കുന്നത്. പകലിന്റെ ശാസനകളെക്കുറിച്ചോർത്ത് സങ്കടപ്പെടേണ്ടതായി ഒന്നുമില്ല. രാവ്, എനിക്കവൾ കാമുകി മാത്രമല്ല, ലഹരി കൂടിയാണ്. നിന്നെ ചുംബിക്കുന്ന അതേ താളത്തിൽ ഞാനവളേയും ചുംബിക്കുന്നു. നിന്റെ അധരങ്ങൾ നുകരുംപോലെ ഞാനവളുടെ അധരങ്ങളും നുകരുന്നു. പക്ഷേ, ഈ വേനലിന്റെ കൊമ്പുകൾ കൊണ്ടു മുറിഞ്ഞ എന്റെ ഹൃദയം ഇപ്പോഴും സുഖപ്പെട്ടിട്ടില്ല. ഓർമ്മ പ്പുസ്തകത്തിൽ നിന്നു പിണങ്ങിപ്പോയ സങ്കടങ്ങളെ ഞാനെത്ര മാത്രം സ്നേഹിച്ചിരുന്നുവെന്ന് വിളിച്ചുപറയാൻ എനിക്കിപ്പോൾ ശക്തിയില്ല. എനിക്കറിയാം, ആനന്ദത്തിന്റെ പേലവദളങ്ങളിൽ പറ്റിച്ചേർന്നിരിക്കുന്ന കണ്ണുനീർത്തുള്ളികൾ പിണങ്ങി പ്പോയ സങ്കടങ്ങളാണെന്ന്. ഞാനവയെ നിന്നെ ചുംബിക്കുംപോലെ, രാവിനെ ചുംബിക്കുംപോലെ അമർത്തി ചുംബിക്കട്ടെ.

ജിബ്രാൻ

പ്രിയപ്പെട്ട ജെ,

നിലാവിനോളംതന്നെ മധുരമായൊരു
പ്രാർത്ഥനയുണ്ട്. ദേവാലയ മുറ്റത്ത് അതിന്റെ കുഞ്ഞു
ശിഖിരങ്ങൾ നില്ക്കുന്നത് കാണാൻ എത്ര ഭംഗിയാണ്.
വാക്കുകളെ പ്രണയിക്കുന്ന കവികൾ അവിടെ
സായാഹ്നകാന്തി നുകരാൻ ഒത്തുകൂടും.
ഞാനിന്നലെ കണ്ട കിനാവിൽ ആ ദേവാങ്കണം
ശൂന്യമായിരുന്നു. പക്ഷേ, ആരോ ഒരുവൾ-അവൾ
സുന്ദരിയായിരുന്നു. അവൾ ആ തളിർത്ത
ശിഖിരത്തിനു ചുവട്ടിലിരുന്നു രാഗവിസ്താരം
നടത്തുന്നുണ്ടായിരുന്നു. എനിക്കവനോടു പകയും
ക്രോധവുമുണ്ടായി. ഒരു ഖഡ്ഗം കുപ്പായത്തിൽ
ഞാൻ സൂക്ഷിച്ചിരുന്നെങ്കിൽ പ്രിയപ്പെട്ടവളേ,
ഞാനവനെ അരിഞ്ഞുവീഴ്ത്തി നിന്റെ സംഗീതം
കേൾക്കാൻ ഓടിയെത്തുമായിരുന്നു. ഇനി നീ
എന്നാണ് കിനാവിൽ വരിക? ഇനി നീ
എന്നാണ് വാക്കുകളുടെ നീലത്തടാകങ്ങൾ
ഈ ദേവാങ്കണത്തിൽ ഒരുക്കുക?
എന്റെ കാത്തിരിപ്പിനു ശലഭഭംഗിയുണ്ടെന്ന്
നീ പറഞ്ഞത് ഞാനിപ്പോഴും മറന്നിട്ടില്ല.

ജിബ്രാൻ

മേരി,

നിശ്ശബ്ദതയിൽ നമ്മൾ എന്തു ചെയ്യുകയായിരുന്നു. ഞാൻ ലെബനോൺ താഴ്‌വാരങ്ങൾ കണ്ടുനടക്കാൻ അതിയായി ആഗ്രഹിച്ചു. നീ എന്നോടൊപ്പം താഴ്‌വാരങ്ങൾ കയറിയിറങ്ങി. ദൂരെ മേഘപാളികൾക്കപ്പുറം തെളിഞ്ഞുനിന്ന ഹിമശിരസ്സിലേക്കു പോകാൻ ഞാൻ നിന്നെ ക്ഷണിച്ചു. നീ എത്ര ആനന്ദത്തോടെയാണ് എന്റെ ക്ഷണം സ്വീകരിച്ചത്. അവിടെവച്ച് ഞാൻ നിന്റെ പുതപ്പിനുള്ളിലും നീ എന്റെ പുതപ്പിനുള്ളിലും കയറി ഒളിച്ചിരുന്നു. എത്ര ഊഷ്മളമായിരുന്നു നമ്മുടെ വേഗങ്ങൾ. എത്ര പേലവമായിരുന്നു നമ്മുടെ ചുംബനങ്ങൾ. ഇതാ ഈ നിമിഷം മുതൽ ഞാൻ നിന്നെ വീണ്ടും ക്ഷണിക്കുന്നു. താഴ്‌വാരങ്ങൾ പൂവിട്ടിരിക്കുന്നു. നിലാവിൽ ഒഴുകുന്ന നിശ്ശബ്ദത പോലും അജ്ഞാതനായ ഏതോ ഒരു കവിയുടെ ഗാനം ചുണ്ടോടു ചേർക്കുന്നുണ്ട്. പ്രണയോന്മാദി യായ ഈ രാവിൽ തന്നെ നമുക്കു നടന്നുതുടങ്ങാം.

ജിബ്രാൻ

പ്രിയപ്പെട്ട എമിലി,

ചുംബിക്കുമ്പോൾ നിന്റെ അധരങ്ങൾ എന്നോടു നിശ്ശബ്ദനാകാൻ വിളിച്ചു പറയുന്നു. ഈ രാവ് കഴിയും വരെ എനിക്കത് അനുസരിക്കാനാവില്ല. ഞാനെത്ര ശാന്തനായാണ് നിന്റെ അധരങ്ങളെ ചുംബിച്ചത്. ഇതു കണ്ടുനിന്ന രാവ് എന്നോടു കയർത്തതും എന്നെ ഉദ്യാനത്തിൽനിന്നു പുറത്താക്കിയതും നീ കണ്ടതല്ലേ? നീ ഇപ്പോഴും മൗനത്തിന്റെ കൂടാരംവിട്ടു പുറത്തുവരാത്തതെന്താണ്? എനിക്കറിയാം നിന്നെ ഒപ്പിയെടുത്ത വാക്കുകൾ ഇപ്പോഴും തെന്നലിൽ പറന്നു നടക്കുന്നുണ്ട്. അതിലൊരെണ്ണം എന്റെ ഉള്ളിൽ ഒളിച്ചിരിപ്പുണ്ട്. അതൊരു മാടപ്രാവാണ്. അതിപ്പോഴും എന്റെ ഓർമ്മയിലിരുന്നു കുറുകുന്നുണ്ട്. ഞാനോർമ്മിക്കുകയാണ്. നിന്റെ ഗാനാലാപനം എത്ര ഹൃദ്യമാണ്. ചിറകുകളിൽ നീ ഒളിപ്പിച്ചിരിക്കുന്ന പിയാനോ എനിക്കുവേണ്ടി മീട്ടില്ലേ?

ജിബ്രാൻ

പ്രിയപ്പെട്ട മേയ്സിയാദാ,

വരണ്ടുമങ്ങിയ പകലിൽ ഒരു തെന്നലാകാൻ ഞാൻ കൊതിച്ചു. താഴ്‌വാരത്തുനിന്നു നാം ഒഴുകിത്തുടങ്ങി. നീ എന്റെ ഹൃദയത്തിലേക്കു മുഖം താഴ്ത്തി. നീലവിലോലമായ അളകങ്ങൾ നക്ഷത്രങ്ങളെപ്പോലെ തിളങ്ങി നിന്നിരുന്നു. പുഴയ്ക്കു മുകളിൽ നമ്മൾ ലില്ലിപ്പൂക്കളുടെ ആകൃതിയിൽ നൃത്തം ചവുട്ടി. അതുകണ്ടു കോരിത്തരിച്ചിട്ടാകണം വിതുമ്പിപ്പോയ ഒരു മേഘം നമ്മോടൊപ്പം കൂടി നൃത്തം ചെയ്യാൻ തുടങ്ങിയത്. എത്ര സുന്ദരമായ രാപ്പകലുകൾ. എനിക്കിതെല്ലാം ഓർമ്മയിലേക്കു കൊരുത്തു വയ്ക്കാനാകും. നീ പറയൂ. ആ രാപ്പകലുകൾ ഇപ്പോഴും നമ്മെ തെന്നലാകാൻ ക്ഷണിക്കുന്നില്ലേ?

ജിബ്രാൻ

ഹാലാ,

തളിരിലകൾ കൊണ്ടൊരുക്കിയ ഒരു കിളിക്കൂട്.
അതു സ്വപ്നത്തിൽ കണ്ടതുപോലെ ഒരുക്കിവച്ചത്
നീയാണ്. ഞാനതിൽ വിരുന്നൊരുക്കി. എത്ര
മധുരമായിരുന്നു ആ സ്വപ്നം. പ്രിയപ്പെട്ടവളേ,
മഞ്ഞുകാലമെത്തും മുൻപ് നമുക്കിനിയും
കിളിക്കൂടുകൾ ഒരുക്കേണ്ടതായുണ്ട്.
നാം നോക്കി നില്ക്കേ പറന്നിറങ്ങിയ നക്ഷത്രങ്ങൾ
സ്വാഗതഗാനം ആലപിച്ചു തുടങ്ങുന്നു.
തളിരിലകൾക്കു മീതെ അവർ മേഘപ്പൊട്ടുകൾ
തുന്നിച്ചേർക്കുന്നു. വിരുന്നുശാലയിലെ
ഇരിപ്പിടങ്ങളിൽ അവർ പളുങ്കുനൂലുകൾകൊണ്ട്
ചായം പുരട്ടുന്നു. ജാലകങ്ങളിൽ അവർ
ചെറുമണികൾ കൊരുത്തിടുന്നു. പ്രിയപ്പെട്ടവളേ,
കിളിക്കൂടിനുള്ളിലിരുന്ന് നമുക്കിനിയും
ചുംബിക്കേണ്ടേ?

ജിബ്രാൻ

പ്രിയപ്പെട്ട മേയ്സിയാദാ,

പുഴയുടെ നൃത്തം കണ്ടു മടങ്ങിയ രാവ്
നമുക്കിപ്പൊഴും ഓർമ്മിച്ചെടുക്കാനാവും.
മുന്തിരിച്ചാറു പോലെ തണുത്തുറഞ്ഞ രാവ്.
ഞാനതു കോരിക്കുടിക്കാൻ അതിയായി
കൊതിച്ചു. നമ്മുടെ വരണ്ട ചുണ്ടുകളിൽ അതിന്റെ
മാദക നനവ് എത്രത്തോളമാണു പടർന്നുകയറിയത്.
നീയെന്നെ അമർത്തി ചുംബിക്കുമ്പോഴെല്ലാം
എനിക്കാ രാവിനെയാണ് ഓർമ്മ വരുന്നത്.
ആ രാവിന്റെ ഓർമ്മയ്ക്കായി എനിക്കൊരു സ്മാരകം
ഒരുക്കണമെന്നുണ്ട്. ലെബനോണിലെ പർവ്വത
ചാരുത അതിനുണ്ടാകണമെന്ന് എനിക്കു
നിർബന്ധമുണ്ട്. നിലാവിനാൽ നമുക്കതിൽ
ചായം പുരട്ടാം. അതിനുള്ളിൽ മുന്തിരിച്ചാറു
നിറഞ്ഞ ഒരു തടാകം നമുക്കൊരുക്കണം.
രാവുകൾ തേടിവരുന്ന പ്രണയോന്മാദികൾ
നമ്മുടെ വിരുന്നുശാല കണ്ട് അത്ഭുതപ്പെടട്ടെ.

ജിബ്രാൻ

പ്രിയപ്പെട്ട ഹാലാ,

കവികളോടു നീയെന്തിനാണ് അസൂയപ്പെടുന്നത്?
ഓരോ കവിയും ഋതുക്കളുടെ വളർത്തു
പുത്രൻമാരാണ്. അവരോടു ചേരുമ്പോൾ നമുക്കെത്ര
യെത്ര പൂക്കാലങ്ങൾ സ്വന്തമാക്കാനാവും.
നീയിപ്പോഴും കവികളോട് ശണ്ഠ കൂടാറുണ്ട്.
എത്ര മധുരമായാണ് അവൻ നിന്റെ താക്കീതുകളെ
മറികടക്കുന്നത്. വിരുന്നുശാലയിലിക്കുമ്പോൾ
ഞാൻ നിന്നെ പ്രത്യേകം ശ്രദ്ധിച്ചു. കവികളുടെ
പേലവ ഹൃദയങ്ങൾ നീ മിഴിമുനകൊണ്ട്
മുറിപ്പെടുത്തുന്നുണ്ടായിരുന്നു. ഞാൻ പറയട്ടെ,
നിന്റെ മിഴികൾ, നിന്റെ തളിർത്ത മിഴികൾ സുന്ദരമായ
കവിതകളാണ്. അളകങ്ങൾ മെല്ലെ ഇളകുമ്പോൾ
ഞാനാ കവിതകൾ ആസ്വദിക്കാറുണ്ട്.
നീ പിണക്കിയയച്ച ആ വാക്കുകൾ ഇതാ വാതിൽക്കൽ
നിൽക്കുന്നു. നിനക്ക് അവരോടുള്ള പ്രണയം മുന്തിരി
ത്തോട്ടങ്ങൾ പോലെയാണെന്ന്
എനിക്കറിയാം. നീ അവരുടെ കവിതകൾ കേൾക്കില്ലേ?

ജിബ്രാൻ

പ്രിയപ്പെട്ട ജോസഫൈൻ,

രാഗങ്ങളൊഴിഞ്ഞ ഒരു കൂട്. അത് ചില്ലകൾക്കു
വളരെ താഴെ, കാറ്റിൽ ഒഴുകിക്കിടന്നിരുന്നു.
അതിനുള്ളിൽ പക്ഷിക്കുഞ്ഞുങ്ങളുണ്ടായിരുന്നില്ല.
ഇളംനീലയിൽ മഞ്ഞപ്പൊട്ടുകളുള്ള തൂവലുകൾ
കൂട്ടിൽനിന്നു താഴേക്കു വീണുകൊണ്ടിരുന്നു.
ഇന്നത്തെ പ്രഭാതസവാരിയിൽ എനിക്കു കിട്ടിയ
സമ്മാനമായിരുന്നു ആ തൂവലുകൾ.
ഞാനീ തൂവലുകൾകൊണ്ട് ഒരു പക്ഷിക്കുഞ്ഞിനെ
ഒരുക്കി. ഇതാ. നിന്റെ വാക്കുകൾ ഇതിന്റെ കൊച്ചു
ഹൃദയത്തെ സ്പർശിക്കുമ്പോൾ - എനിക്കറിയാം
ഈ പക്ഷിക്കുഞ്ഞിൽ ജീവനുണരുമെന്ന്.
അത് പറന്നുനടക്കുന്ന ആകാശം ഇപ്പോഴുമെന്റെ
സങ്കല്പത്തിലുണ്ട്. മേഘങ്ങൾക്കിടയിൽ
നമുക്കതിനായി ഒരു കൂടൊരുക്കണം.
വാനമ്പാടികളോടും നക്ഷത്രക്കുഞ്ഞുങ്ങളോടും
നമുക്കത് വിളിച്ചു പറയണം. കാരണം
അവരാണല്ലോ എനിക്കാദ്യം ആ കൂടു കാട്ടിത്തന്നത്.

ജിബ്രാൻ

എമിലി,

വേനലിൽ പൂത്തുനില്ക്കുന്ന വൃക്ഷം ആരെയാണ് ഇപ്പോഴും കാത്തുനില്ക്കുന്നത്. കൂടൊഴിഞ്ഞ ശിഖരങ്ങൾ ആരെയാണ് മാടിവിളിക്കുന്നത്. മണ്ണിലേക്ക് ഒഴുകിപ്പോയ വേരുകൾ ആരെയാണിപ്പോഴും അന്വേഷിച്ചു നടക്കുന്നത്. നീ ചോദിച്ച അതേ ചോദ്യങ്ങൾ ദൈവം എന്നോടും ചോദിക്കുന്നു. എന്റെ നിശ്ശബ്ദതയുടെ മുകളിലേക്ക് ആ വേനൽമരം ഒടിഞ്ഞുവീഴുന്നത് ഞാനറിയുന്നുണ്ട്. എനിക്കതു മണ്ണിലേയ്ക്ക് താഴ്ത്തിവയ്ക്കണമെന്നുമുണ്ട്; കഴിയുന്നില്ല. നമ്മുടെ ഓർമ്മയിൽ ഇപ്പോഴുമൊരു സങ്കടമരമുണ്ട്. പക്ഷികളില്ലാത്ത, മേഘങ്ങൾ പറ്റിച്ചേരാത്ത, അതിന്റെ ശിഖരങ്ങൾ ഇതാ താഴ്ന്നുവന്ന് നമ്മുടെ ഹൃദയങ്ങളെ തലോടുന്നു. പ്രിയപ്പെട്ടവളേ, നിന്നോടു ഞാനൊന്നു ചോദിക്കട്ടെ. ആരുടെ പാരിതോഷികങ്ങളാണ് നമ്മുടെ സ്വപ്നങ്ങൾ?

ജിബ്രാൻ

പ്രിയപ്പെട്ട ബാരി,

മൗനം- അതെത്ര ഭംഗിയുള്ളതാണെങ്കിലും എന്നെ
അത് വല്ലാതെ ഭയപ്പെടുത്തുന്നു. ഒരു കുഞ്ഞു
മാലാഖയുടെ മുഖമാണ് മൗനത്തിനെന്നു
നീ പറഞ്ഞത് കളവാണെന്നു ഞാൻ കരുതട്ടെ.
സ്വപ്നം പോലെ തളിർത്ത ഈ സായാഹ്നത്തെ
നീയൊന്നു ചുംബിച്ചു നോക്കൂ. അതിലിപ്പോഴും
എന്റെ പ്രണയത്തിന്റെ ചോര പൊടിഞ്ഞു കിടപ്പുണ്ട്.
നദിക്കരയിൽ നാം കണ്ടുമുട്ടിയ നക്ഷത്രക്കുഞ്ഞുങ്ങൾ
ഇന്ന് വളർന്നിരിക്കുന്നു. പുൽമേട്ടിൽ നീ
നട്ടുവളർത്തിയ വെള്ളില വള്ളികളിൽ
പൂവിട്ടിരിക്കുന്നു. നദിക്കരയിലേക്കു നാം തള്ളിവിട്ട
തോണി ഒരു കറുത്ത പൊട്ടായി അവശേഷിക്കുന്നു.
നിന്റെ മൗനം- അതൊരു ഇരുണ്ട ആകാശം പോലെ
പെയ്യാനൊരുങ്ങി നില്ക്കുന്നു. ആകാശത്തിനു
ചുവട്ടിൽ, ഈ പുൽമൈതാനത്ത്, വെള്ളില
വള്ളിയിലെ പൂക്കളോടു ഞാനിപ്പോഴും
നിന്നെക്കുറിച്ചു പറഞ്ഞുകൊണ്ടേയിരിക്കുന്നു.
നക്ഷത്രക്കുഞ്ഞുങ്ങൾ- അവരെത്ര വളർന്നാലും,
നമ്മുടെ പാട്ടുകൾ കേട്ടാൽ ഉറങ്ങില്ലേ? നീ വരില്ലേ.
അടുത്ത സായാഹ്നത്തിനു മുൻപ് നമുക്കു
മൗനത്തിന്റെ മുനകൾ ഒടിച്ചു കളയാം.

ജിബ്രാൻ

പ്രിയപ്പെട്ട എമിലി,

നോക്കൂ, ചെറിപ്പഴങ്ങൾ പോലെയാണ് നമ്മുടെ സ്വപ്നങ്ങൾ. രുചിച്ചുനോക്കും മുൻപേ അവ അപ്രത്യക്ഷമായിരിക്കുന്നു. നിലാവിൽ നാം കണ്ടു മടുത്ത ഓരോ ചെറിപ്പഴത്തിനും ആകാശത്തോളം വളർന്ന സ്വപ്നങ്ങളുടെ ഭംഗിയുണ്ടായിരിക്കും.
നീ പുഴയിൽ നിന്ന് എണ്ണിയെടുത്ത നക്ഷത്രങ്ങൾ ദൈവത്തിനു സമർപ്പിക്കും മുൻപ്, നീ കണ്ട ഭംഗിയുള്ള സ്വപ്നത്തിനു സമർപ്പിക്കുക.
അപ്പോൾ ഉദ്യാനത്തിനു നടുവിൽ നില്ക്കുന്ന പേരറിയാപ്പൂക്കൾ നിന്നെ നോക്കി വിളിച്ചുപറയും.
'ഇതാ, ഞങ്ങളുടെ രാജകുമാരി, രാജകുമാരി' എന്ന്.
എനിക്കതു കേൾക്കാൻ ഉത്സാഹമുണ്ട്. എനിക്കു നിന്നോട് പേരറിയാത്തൊരു അസ്തമയമുണ്ട്.
നിന്റെ മിഴികൾ തളിർത്തമേഘം പോലെ തിളങ്ങുമ്പോൾ ഞാനതുവഴി ഇനിയും വരും.
കാണട്ടെ, പകലിനും രാവിനും ഇടയ്ക്കെവിടെയോ നാമൊരുക്കിയ വിരുന്നുശാലയിലിരുന്ന് സ്വപ്നഗീതങ്ങൾ ആലപിക്കുന്ന മേഘഗായകൻ
കാണട്ടെ, ഒന്നായി ചുംബിച്ചുണർത്തിയ നമ്മുടെ ഹൃദയം. ഒന്നുമറന്നു. ...നിന്റെ വിരലുകളിൽ പറ്റിച്ചേർന്ന പരാഗങ്ങൾ- അത് സുന്ദരമായൊരു സ്വപ്നംപോലെ എന്റെ ഹൃദയത്തിൽ ഇപ്പോഴുമുണ്ട്.
നമ്മുടെ ഓർമ്മകളിലേക്ക് ആ വെളുത്തതൂവലുകൾ നമുക്കു സമ്മാനിച്ചതാരാണ്? പരാഗങ്ങളിലേക്ക് ഞാനവയെ ചേർത്തുവയ്ക്കട്ടെ.

ജിബ്രാൻ

പ്രിയപ്പെട്ട എമിലി,

വിതുമ്പിപ്പോയ ഓരോ വാക്കും നദിക്കരയിൽ വീണുകിടപ്പുണ്ടായിരുന്നു. എന്നെ അവ പരിഹസിക്കുന്നതുപോലെ തോന്നി. എനിക്കറിയില്ല. ഈ കാറ്റ്, ഈ തണുത്ത കാറ്റ് എന്റെ മിഴികളെ തലോടിക്കൊണ്ടു കടന്നുപോകുന്നതെന്തിനാണെന്ന്. ഏകാന്തതയിൽ നിന്നോടൊപ്പമുറങ്ങിയ ആർദ്രമായ ആ വാക്കുകൾ ഇപ്പോൾ ഉണർന്നിരിക്കുകയാം. അങ്ങ് ദൂരെ ഇലകൾകൊഴിഞ്ഞ ഒരു നിശയിൽ നിന്റെ നഗ്നതയിലൂടെ ഞാൻ പടർന്നുകയറിയത് നിനക്കോർമ്മിക്കാനാകുന്നില്ലേ?
വസന്തമാരംഭിക്കും മുൻപ് ഈ വഴികൾ വൃത്തിയാ ക്കേണ്ടതായിട്ടുണ്ട്. പൂവുകൾകൊണ്ടൊരുക്കിയ വീഥിയിലൂടെ നിനക്കു വരാം. നിന്റെ പാദങ്ങൾ വേദനിപ്പിക്കുന്നില്ലല്ലോ. നിന്റെ മിഴികൾ തുളുമ്പുന്നില്ലല്ലോ. പറയൂ പ്രിയപ്പെട്ടവളേ, വിതുമ്പി പ്പോയ വാക്കുകൾ നദിക്കരയിലിരുന്ന് എന്നെ സ്നേഹിക്കൂ സ്നേഹിക്കൂ എന്ന് വിളിച്ചുപറയുന്നു. അതെനിക്കു (നമുക്കു) കേൾക്കാം. ജലകന്യകകൾ നമുക്കുവേണ്ടി നൃത്തമൊരുക്കട്ടെ. അതുവരെ ഞാൻ നിന്നിലേക്കും നീ എന്നിലേക്കും മൗനംകൊണ്ടു നിറച്ച ചുംബനങ്ങൾ സമർപ്പിക്കുക.

ജിബ്രാൻ

പ്രിയപ്പെട്ട ജെ,

ഉദ്യാനത്തിനുനടുവിൽ നീയൊരുക്കിയ
കവിത ഇപ്പോഴുമെന്നെ അസൂയപ്പെടുത്തുന്നു.
കവിതയുടെ ജാലകങ്ങൾ ഒന്നൊന്നായി
തുറന്നിടുമ്പോൾ പ്രകാശത്തിന്റെ വെള്ളിൽപക്ഷികൾ
ഒന്നൊന്നായി പറന്നിറങ്ങുംപോലെ തോന്നും.
രാവിൽ ഒഴുകിവീഴുന്ന നിലാമഴയിൽ അവ
കൊക്കുരുമ്മുന്നതും ചിറകുകൾചേർത്തു
മയങ്ങുന്നതും എന്റെ സ്വപ്നങ്ങളിൽ ഇപ്പോഴുമുണ്ട്.
ഓരോ വാക്കിലും നീ കരുതിവച്ച ധാന്യമണികൾ,
വേനൽക്കാലത്തിന്റെ കൊഴിഞ്ഞ ശിഖരങ്ങളിൽനിന്ന്
വെള്ളിൽപക്ഷികൾ പറന്നിറങ്ങുമ്പോൾ
നല്കാനാണെന്ന് എനിക്കറിയാം. പുരാതനമായ
നമ്മുടെ ഓർമ്മക്കുടകൾ വിടർത്തി
താഴ്‌വാരത്തിലേക്കു നടക്കാം. ഈ പർവതശിഖര
ത്തിൽ നിന്നു നോക്കിയാൽ ലെബനോണിലെ മുന്തിരി
ത്തോട്ടങ്ങൾ കാണാം. അവയ്ക്കുമീതെ
വെള്ളിമേഘങ്ങൾ നൃത്തംചവിട്ടുന്നു.

ആ നൃത്തം കൊഴിയുംമുൻപ് നമുക്ക് അതിനൊപ്പം
ചേരണം. നിശ്ശബ്ദതയിൽ വിരിഞ്ഞ
ആ വസ്തുവിനെക്കൂടി നമുക്ക് അവിടേക്കു
കൊണ്ടുപോകേണ്ടതായുണ്ട്. നക്ഷത്രങ്ങൾ
ലെബനോണിലേക്കുവരുംവരെ നമുക്കീ പൂവിനെ
സൂക്ഷിച്ചേ മതിയാകൂ.

ജിബ്രാൻ

പ്രിയപ്പെട്ട ബാരി,

ഇവിടെ മഞ്ഞുമലകൾ നമ്മുടെ പേരുകൊത്തിയ വൃക്ഷങ്ങളെ മറിച്ചിരിക്കുന്നു. പാട്ടുപാടുന്ന കിളികൾ ഇവിടേക്കു പറന്നിറങ്ങാറില്ല. ഓക്കുമരത്തിന്റെ നേർത്ത ഒരോർമ്മ മാത്രം മഞ്ഞുമലകൾക്കുമുകളിൽ കാണാം. ആ ശിഖരങ്ങൾ വേനലിനുവേണ്ടി കേഴുന്നതുപോലെ തോന്നി. എന്റെ ഹൃദയവും ആ ശിഖരങ്ങളും തമ്മിൽ അത്ര ദൂരമുണ്ടെന്നു തോന്നുന്നില്ല. ഞാനിപ്പോഴും ആ ശിഖരങ്ങളിലൊന്നിൽ പാട്ടുപാടുന്ന ഒരു പക്ഷിയെ കാണാൻ ശ്രമിക്കാറുണ്ട്. പക്ഷേ, ഇടതൂർന്ന് വെള്ളിമേഘങ്ങൾ കൊണ്ടലങ്കരിച്ച ആകാശത്തുനിന്ന് ഒരു പക്ഷിയും താഴേക്കു പറന്നുവരില്ലെന്ന് എനിക്കറിയാം.

ഞാനെന്റെ വർണ്ണപുസ്തകങ്ങളിൽ നിറയെ ചിറകുകൾ മാത്രം വരച്ചുവച്ചു. അതുനോക്കിനോക്കി യിരിക്കുമ്പോൾ ആ ചിറകുകൾ തകർന്നതുപോലെ തോന്നുന്നു. തൂവലുകളുടെ സ്ഥാനത്ത് ഞാൻ പൂവുകൾകൊണ്ടാണ് ആ ചിറകുകൾ തുന്നിച്ചേർത്തത്. വസന്തം ഒരു പക്ഷിക്ക് ഭാരമാണോ? എനിക്കറിയില്ല. മഞ്ഞുമലകളോടു ചോദിക്കാൻ എനിക്ക് ധൈര്യമില്ല. ചിറകുവിടർത്തണമെന്ന് എനിക്കതിയായ ആഗ്രഹമുണ്ട്. പക്ഷേ, ഒപ്പം നീയില്ലല്ലോ.

ജിബ്രാൻ

ഹാരാ,

വെളിച്ചം വീഴുംമുൻപേ നീ എന്തിനാണ് ഇരുളിന്റെ
അവസാന ജാലകവും അടച്ചുകളഞ്ഞത്.
ആരോ ഉപേക്ഷിച്ചുപോയ പ്രണയതല്പത്തിലിരുന്ന്
നമുക്കിനിയും ചുംബിക്കാമായിരുന്നല്ലോ.
പേലവമായ നിന്റെ അധരങ്ങളിൽനിന്നൊഴുകിയ
ഗാനങ്ങൾ ഇപ്പോഴുമെന്റെ ഹൃദയത്തിലാകെ
തളിർത്തുനില്ക്കുന്നു. വരൂ നിനക്കേറെ പ്രിയപ്പെട്ട
ഈ രാവ് നമ്മെ വിരുന്നിനു ക്ഷണിക്കുന്നു.
നക്ഷത്രങ്ങൾകൊണ്ടലങ്കരിച്ച ഈ തടാകത്തെ
നിനക്കോർമ്മയുണ്ടോ? ഇവിടെവച്ചായിരുന്നല്ലോ,
പ്രിയപ്പെട്ടവളേ നിന്നെ ഞാനാദ്യമായി ചുംബിച്ചത്.
മധുരമായ ആ നിമിഷം ഒരു ശലഭമായി
പറന്നു പോയതും ഇവിടെവച്ചായിരുന്നല്ലോ.
രാവ് പെയ്തതൊഴിയുംമുൻപ് നീ വരിക.

ജിബ്രാൻ

പ്രിയപ്പെട്ടവളേ,

ഇന്നലെ ഋതുക്കളുടെ ഘോഷയാത്ര കടന്നുപോയത് എന്റെ സ്വപ്നങ്ങൾക്കു നടുവിലൂടെയായിരുന്നു. ഘോഷയാത്രയ്ക്കുമുൻപിൽ നക്ഷത്രങ്ങളാൽ അലങ്കരിക്കപ്പെട്ട ഒരു ചിത്രമുണ്ടായിരുന്നു. നീ ദിക്കുകളുടെ നേരെ ഉയർത്തിപ്പിടിച്ചിരുന്ന ആ ചിത്രം എന്റേതായിരുന്നു. പ്രിയപ്പെട്ടവളേ, എന്റെ നഗ്നത നീ ചുംബനങ്ങളാൽ മറച്ചുവച്ചതിനു നന്ദി. ഇത്തിരിനേരം കൂടി നീയെന്റെ നഗ്നതയെ അമർത്തി ചുംബിക്കൂ. ഈ തളിർത്തസ്വപ്നങ്ങൾ, നിന്നെക്കുറിച്ചും മാത്രം എന്റെ ഹൃദയത്തിലേക്ക് അമൃതഗീതങ്ങൾ പൊഴിക്കട്ടെ.

ജിബ്രാൻ

പ്രിയപ്പെട്ട ബാരീ,

മനസ്സിലേക്കു പെയ്തിറങ്ങിയ ഒരു ശലഭനിമിഷം.
ധ്യാനപൂർണ്ണത തേടിയ അതിന്റെ ചിറകുകളിലാകെ
സുഗന്ധകോശങ്ങളായിരുന്നു. ചിറകുകൾ വിടർത്തി,
മിഴികളെഴുതി അത് മെല്ലെ പറന്നുവരുന്നു.
നിന്റെ അധരങ്ങളിൽ പൂവിട്ട നിമിഷങ്ങളിൽ
താഴ്ന്നിറങ്ങി തേൻകുടിക്കുന്നു.
എനിക്കാ ചാരുദൃശ്യം പകർത്തിവയ്ക്കണമെന്നുണ്ട്.
നിറങ്ങൾ ചാലിക്കുമ്പോഴേക്കും അതു
പറന്നു കഴിഞ്ഞിരുന്നു. എനിക്ക് എന്നോടുതന്നെ
എന്തെന്നില്ലാത്ത അമർഷം തോന്നി. എന്റെ മൗനം
എന്നെ വല്ലാതെ തകർത്തുകളയുമോ എന്നുവരെ
ഭയപ്പെട്ടു. പക്ഷേ, പ്രണയനിമിഷങ്ങൾപോലെ
സുഗന്ധപൂർണ്ണമായ ഒരനുഭവം അതെന്നെ ഇപ്പോഴും
കൊതിപ്പിച്ചുകൊണ്ടേയിരിക്കുന്നു.

ജിബ്രാൻ

പ്രിയപ്പെട്ട ജോസഫൈൻ,

പഴക്കമേറിയ വാക്കിനാൽ നീയെന്റെ ആഴമളക്കാൻ
ധൈര്യപ്പെടുന്നു. നിന്റെ ഉത്സാഹങ്ങളുടെ
മുയൽക്കുഞ്ഞുങ്ങൾ എന്റെ ഉദ്യാനത്തിലിപ്പോഴും
ഓടിക്കളിക്കുന്നുണ്ട്. നരച്ചതൂവലുകളുള്ള
ഒരു പക്ഷി സായംസന്ധ്യയുടെ നിറമുള്ള
ഒരു വിരുന്നുശാലയിലേക്ക് എന്നെ ക്ഷണിക്കുന്നു.
പാതിവിരിഞ്ഞ വെയിൽപൂക്കൾ നിശ്ശബ്ദതയുടെ
തണുത്തുറഞ്ഞ പകലിനുമുകളിൽ
കമാനമൊരുക്കുന്നു. പ്രിയപ്പെട്ടവളേ,
പുഷ്പിണിയായ നിന്റെ അധരങ്ങളിൽനിന്നു
തുളുമ്പുന്ന മധുരം എന്റെ നാവിനെ വല്ലാതെ
കൊതിപ്പിക്കുന്നു. നിന്റെ മൗനം ഒരു
സ്ഫിടകപ്പൂപ്പാത്രംപോലെ താഴെവീണു
തകരട്ടെ എന്ന് ഒരു മാത്ര ഞാൻ
പ്രാർത്ഥിച്ചുപോയിട്ടുണ്ട്. നിശ്ശബ്ദതയുടെ
മതിലിനപ്പുറംനിന്ന് നീയെന്നോടു പറഞ്ഞ വാക്കുകൾ
- ഹൊ - അതെത്രമാത്രം
മധുരവും പ്രകാശംനിറഞ്ഞതുമായിരുന്നു.
കടൽപക്ഷിയെപ്പോലെ വാ പിളർത്തിയെത്തുന്ന
ഈ രാവ് എന്നെയിന്നു വിഴുങ്ങാതെയിരുന്നെങ്കിൽ.
എന്റെ ചുംബനങ്ങൾക്കുമുകളിൽ നിന്റെ
ചുംബനങ്ങൾ കൂടി കൊരുത്തുവയ്ക്കുക.

ജിബ്രാൻ

മേരി,

പൂവിരിയുംപോലെ അല്ലെങ്കിൽ തേൻനിറയുംപോലെ അതുമല്ലെങ്കിൽ മധുരമായൊരു ശലഭസ്വപ്നംപോലെ നീ എന്റേത് നീ എന്റേത് എന്നൊരു ആത്മമന്ത്രം എന്നിൽനിന്ന് ഉയരുന്നതെന്തേ? കിനാവുകൾക്ക് നിറംചാലിച്ച ദൈവം ഇതാ അഭിജാതമായൊരു ചായപ്പെട്ടി തുറന്ന് ഇഷ്ടമുള്ള നിറമെടുത്ത് പ്രിയപ്പെട്ടവളെ വരച്ചോളൂ എന്നുപറയുന്നു. എന്റെ മാത്രമായവളേ, ഏതു നിറംകൊണ്ടാണ് ഞാൻ നിന്നെ വരച്ചുവയ്ക്കേണ്ടത്. ഇന്നലത്തെ രാവ് ഹൊ-അതെത്ര മാത്രം തീക്ഷ്ണമായിരുന്നു. ശരീരത്തിന്റെ ഉത്സവ നിമിഷങ്ങൾ നമ്മെ ആഴത്തിൽ മുറിപ്പെടുത്തി ക്കഴിഞ്ഞിരുന്നു. രാവിന്റെ അജ്ഞാതമായൊരു സുഗന്ധജാലകം തുറന്ന് നീയെനിക്ക് ആകാശത്തിന്റെ നക്ഷത്രഭംഗി കാട്ടിത്തന്നു. ഞാനപ്പോഴും ഒരുന്മാദിയെപ്പോലെ നിന്നിൽ ഒഴുകിനടക്കുകയായിരുന്നു. പ്രിയപ്പെട്ടവളേ, നീപറയൂ, ഏതു നിറംകൊണ്ടാണ് നിന്നെ ഞാനൊരുക്കേണ്ടത്. പൂവിരിയുംപോലെ അല്ലെങ്കിൽ തേൻനിറയും പോലെ, അതുമല്ലെങ്കൽ മധുരമായൊരു ശലഭസ്വപ്നംപോലെ ഞാൻ നിന്നെ ഹൃദയത്തിലേക്ക് ചേർത്തുവരച്ചുവയ്ക്കട്ടെ.

ജിബ്രാൻ

ജെ,

കവിതചൊല്ലിനടക്കുന്ന ഇളംകാറ്റ് എന്നോടൊരു രഹസ്യം പങ്കുവച്ചു. ഒരു പുഴയുടെ അഭിജാതപ്രണയത്തെക്കുറിച്ചായിരുന്നു ആ രഹസ്യം. പുഴയ്ക്കൊരു കാമുകനുണ്ടത്രേ. അവൻ അതിമധുരമായി പാടുകയും അതിമധുരമായി ചുംബിക്കുകയും ചെയ്യും. അവൻ ഞാൻ തന്നെയല്ലേ എന്നു തോന്നിപ്പോകുന്നു. എനിക്കറിയാം ഇളംകാറ്റ് നിന്നോടും ഈ രഹസ്യം പങ്കുവച്ചിട്ടുണ്ടാകും. അതുകൊണ്ടാണല്ലോ നീ എനിക്കുമുൻപേ പാടുന്നതും എന്നെ അമർത്തി ചുംബിക്കുന്നതും.

ജിബ്രാൻ

ബാരീ,

നീ എത്ര നിശ്ശബ്ദമായാണ് എന്നെ ലാളിക്കുന്നത്.
ആപ്പിൾമരത്തിന്റെ ഇലകളിലെന്നപോലെ
ആർദ്രമായൊരു തണുപ്പ് എന്റെ സിരകളിലേക്ക്
പടർന്നുകയറുന്നു. നീ എത്ര ആഴത്തിലാണ്
എന്നെ ചുംബിക്കുന്നത്. പ്രശാന്തമായൊരു
തടാകത്തിലെന്നപോലെ നിന്റെ വിരലുകൾ
എന്നെ ചുറ്റിപ്പുണരുന്നു. നീ എത്ര വേഗത്തിലാണ്
എന്നെ കീഴടക്കുന്നത്. ഒരു പർവതം അതിന്റെ
താഴ്വാരത്തെ ഞെരിച്ചമർത്തുംപോലെ. നീ എത്ര ലളി
തമായാണെന്നെ നോവിക്കുന്നത്. മുന്തിരിവീഞ്ഞ്
ചുണ്ടോടടുപ്പിക്കുമ്പോഴുള്ള ഊഷ്മളതപോലെ.
പ്രിയപ്പെട്ടവളേ, നിന്റെ നാവ് എന്റെ നാവിലേക്ക്
ആനന്ദത്തിന്റെ തോണികൾ ഒഴുക്കിവിടുന്നു.
നിന്റെ ചുണ്ടുകൾ എന്റെ ചുണ്ടുകളിലേക്ക്
ലഹരിയുടെ മുന്തിരിവീഞ്ഞ് ഒഴിക്കുന്നു.
കന്യകയായ ഈ രാവ് - അതെ നഗ്നയായ
അവളുടെ നനുത്തചാരുതയിൽ ഒഴുകിനടക്കാൻ
ഞാനിപ്പോഴും അതിയായി കൊതിക്കുന്നു.
നിന്റെ ചുംബനങ്ങളേറ്റ് വറ്റിപ്പോയ എന്റെ ലഹരി ഇതാ
ഒരിക്കൽക്കൂടി നിന്നെ ക്ഷണിക്കുന്നു.

ജിബ്രാൻ

മേരീ,

രാവിന്റെ ഏകാന്തവും വന്യവുമായ കാട്ടുപാതയിലൂടെ നീ എന്തിനാണ് കുതിച്ചോടുന്നത്. ഒറ്റയൊറ്റനക്ഷത്രങ്ങൾ, നിന്റെ വേഗതകണ്ടിട്ടാകണം ഭയചകിതരായിരുന്നു. രാവിന്റെ ഒത്തനടുവിൽ പ്രണയഗീതങ്ങളാൽ കൊരുത്തിട്ട ഒരു ശലാകയുണ്ടായിരുന്നു. നീ എന്തിനാണ് അതിനുള്ളിലെ ഒരുതുള്ളിവെളിച്ചത്തെ വിസ്മരിച്ച് കടന്നുപോയത്. നിലാവിന്റെ ശിരോവസ്ത്രം ധരിച്ച നർത്തകിമാർ പുഴക്കരെ കാത്തുനില്ക്കുന്നത് നീ കണ്ടിരുന്നോ. നിനക്കുവേണ്ടി നൃത്തംചെയ്യാൻ അവരെന്തുമാത്രം കൊതിച്ചിരുന്നെന്നോ. നോക്കൂ, താഴ്വാരങ്ങളിൽ നില്ക്കുന്ന പേരറിയാമരങ്ങളിൽ പകലിന്റെ പൊൻനാളങ്ങൾ ഇപ്പോഴും പൂവുകൾ പോൽ ശോഭിക്കുന്നു. പ്രണയിക്കുമ്പോഴും ചുംബിക്കുമ്പോഴും നാമതിലൊന്നായി തീരണമേയെന്നു പ്രാർത്ഥിച്ച നിമിഷങ്ങൾ നിനക്കോർമ്മയില്ലേ. ഓർമ്മകളോട് നീ കാട്ടുന്ന പിണക്കം അതെന്നെ വല്ലാതെ വേദനിപ്പിക്കുന്നു. വരൂ, നിന്റെ കുതിരപ്പുറത്ത് എനിക്കുകൂടി ഒരിടം തരുമ്പോൾ ഈ ഭൂമിയിലെ എല്ലാ പ്രണയോന്മാദികളും ഹർഷപുളകിതരാകും

ജിബ്രാൻ

പ്രിയപ്പെട്ട മേയ്സിയാദ,

വികാരം ഒരു തോണിയാണെന്ന് നീ എനിക്കെഴുതിയിരിക്കുന്നു. അങ്ങനെയെങ്കിൽ ഞാനൊരു പുഴയാണ്. പ്രണയം ഒരു സമുദ്രമാണെന്ന് നീ എനിക്കെഴുതിയിരിക്കുന്നു. അങ്ങനെയെങ്കിൽ ഞാനൊരു പരൽമീനാണ്. നോക്കൂ, വികാരസാന്ദ്രമായ ഈ സുഗന്ധാക്ഷരങ്ങൾ എന്നെ ജീവിക്കാൻ പ്രേരിപ്പിക്കുന്നു. ഇതില്ലായിരുന്നെങ്കിൽ ഈ വേനൽക്കാലം എന്നെ മുറിവേല്പ്പിച്ചു കടന്നുകളയുമായിരുന്നില്ല. നിന്റെ തണൽ, ആർദ്രമായൊരു പ്രണയഗാനംപോലെ ഞാനാസ്വദിക്കുന്നു. നിന്റെ വിരലുകൾ, തളിർത്ത ഋതുഗീതംപോലെ എന്നെ ചുംബിക്കുന്നു. നിന്റെ ചുണ്ടുകൾ, ഊഷ്മളമായ സായാഹ്നംപോലെ എന്നെ മദിപ്പിക്കുന്നു. അതെ, വികാരം ഒരു തോണിതന്നെണ്

ജിബ്രാൻ

പ്രിയപ്പെട്ടവളേ,

നിത്യകാമുകനായ ഒരാൾ ഇപ്പോഴും ഭൂമിയിൽ ജീവിച്ചിരിപ്പുണ്ട്. അയാൾക്ക് സമുദ്രത്തിന്റെ ആയുസ്സും പർവതത്തിന്റെ ഭംഗിയുമുണ്ട്. ഞാനയാളെ ദൈവം എന്നുവിളിക്കാൻ ഇഷ്ടപ്പെടുന്നു. എന്റെ പ്രണയത്തിനുചുറ്റും തൂവലുകൾ കൊരുത്തലങ്കരിച്ച അവൻ തന്നെയാണ് ഭൂമിയിലെ ഒരേയൊരു കാമുകൻ, ജലവിരലുകളിൽ പിടിച്ച് കൃപാസമുദ്രത്തിന്റെ ആഴങ്ങളിലേക്കു നീന്തുമ്പോഴും പർവതശൃംഗങ്ങളിൽ നക്ഷത്രമണികൾ കൊരുത്തുവയ്ക്കുമ്പോഴും അവനെ നോക്കി ഭൂമിയിലെ എല്ലാ പെൺകുട്ടികളും പ്രാർത്ഥിക്കുന്നുണ്ടാകും. മണ്ണും ചോരയും കലർത്തി കുഴിച്ചെടുത്തൊരുക്കിയ അവന്റെ നഗ്നശില്പം ഞാനിതാ നിനക്കു സമർപ്പിക്കുന്നു. നിന്റെ പ്രണയത്തിന്റെ മധുരം അവൻ എനിക്കും പകരുമല്ലോ.

ജിബ്രാൻ

പ്രിയപ്പെട്ടവരേ,

ശലഭങ്ങളേ, നിലാനക്ഷത്രമേ, ഹിരണ്മയരാഗം ചൂടിയ
ഓമനപ്പൂവേ, നീലമിഴികളേ, വരൂ പുഴയിലലസമൊഴു
കിപ്പോരുന്ന തോണിയിലേക്കു വരൂ.
എന്റെ സിരകളിലാകെ പ്രണയോന്മാദത്തിന്റെ
നാവ് ഒഴുകിനടക്കുന്നുണ്ട്. എന്റെ ദാഹം
പുരാതനമായൊരു കിന്നരം പാടുംപോലെ
അനുഭവപ്പെടുന്നു. എന്റെ മോഹം
അജ്ഞാതനായൊരു വനഗായകന്റെ
പേലവരാഗംപോലെ അനുഭവപ്പെടുന്നു. സഖികളേ,
എന്റെ ഹൃദയം ഒരു തടാകം പോലെയാണ്.
നിങ്ങൾ അവിടേക്കു വരൂ. സൗന്ദര്യോപാസകനായ
എന്റെ വരണ്ട ഹൃത്തടം നിങ്ങൾ ചുംബിച്ചുണർത്തുക.

ജിബ്രാൻ

ജെ,

ബിസ്ഹാരി പർവത താഴ്വാരത്തുവച്ച് മെലിഞ്ഞ, അനാകർഷകമായ ഒരു കവിതയെ ഞാൻ കണ്ടുമുട്ടി. അതിന്റെ നീലക്കണ്ണുകളിൽ സങ്കടങ്ങളുടെ കടൽത്തിരകളുണ്ടായിരുന്നു. വാളുയർത്തി, എല്ലാവരേയും തകർക്കാനെന്ന ഭാവത്തിൽനിന്ന കടൽത്തിരയിൽ നിന്ന് അത്ഭുതകരമായാണ് ഞാൻ രക്ഷപ്പെട്ടത്. ആ കവിതയെ നിനക്ക് സംരക്ഷിക്കുവാൻ ആകുമായിരുന്നില്ലേ? അനാഥയായ ആ കവിതയെ നിനക്ക് സ്നേഹിക്കുവാൻ കഴിയുമായിരുന്നില്ലേ? നിന്റെ മൗനം നിർവ്വചനങ്ങളെ കൂടുതൽ അത്ഭുതപ്പെടുത്തുന്നു. ഞാൻ ആ കവിത നിന്നരികിലേക്ക് കൂട്ടിക്കൊണ്ടുവരാം. കടുത്ത മഞ്ഞുകാലമായതിനാലാകണം കവിതയുടെ ശിരസ്സും മനവും മരവിച്ചുപോയിരിക്കുന്നു. നീ ചൂടുപകർന്ന് പുതപ്പു നല്കുമല്ലോ.

ജിബ്രാൻ

മേയ്സിയാദ,

എന്റെ സ്വപ്നങ്ങളിൽ ഇപ്പോഴുമൊരു ദ്വീപുണ്ട്. ഭൂമിയുടെ ദയാഹൃദയംപോലൊന്ന്. അവിടേക്കുള്ള തോണിയാത്രയ്ക്കിടയിൽവച്ചാണ് നമ്മൾ അനുരാഗത്തിന്റെ രുചി ആദ്യമായറിഞ്ഞത്. നിന്റെ നക്ഷത്രക്കണ്ണുകൾ നിറയെ ഞാനായിരുന്നു. നിന്റെ ഗാനങ്ങളിലെല്ലാം ഞാനൊരു പൂച്ചക്കുഞ്ഞിനെപ്പോലെ ഒളിച്ചിരിക്കാറുണ്ടായിരുന്നു. ആകാശത്തേക്ക് മിഴിനീട്ടിയ മുന്തിരി വള്ളികൾക്കു താഴെയിരുന്ന് നമ്മൾ കവിതയുടെ രോമക്കുപ്പായങ്ങൾ ഒന്നൊന്നായി അഴിച്ചുവച്ചു. നിന്റെ മാറിൽ ശുഭ്രമേഘങ്ങൾ കൊണ്ടൊരുക്കിയ ഒരു മുന്തിരിത്തോട്ടമുണ്ടായിരുന്നു. എന്നെ നീ അതിന്റെ കാവൽക്കാരനാകാൻ ക്ഷണിച്ചു. എത്രവേഗത്തിലാണ് ആകാശം മങ്ങിത്തുടങ്ങിയത്. വെള്ളിപ്പറവകൾ ചക്രവാളത്തിലേയ്ക്കൊ ഒഴുകിപ്പോകുമ്പോൾ എനിക്ക് വല്ലാത്ത ഭയംതോന്നി. തോണിയിൽ ഞാൻ മിഴിയടച്ചിരുന്നു. നീയെന്നെ വീണ്ടും മുന്തിരിത്തോട്ടത്തിലേക്കു ക്ഷണിച്ചു. പ്രിയപ്പെട്ടവളേ, മുന്തിരിപ്പഴങ്ങൾ എന്റെ ദാഹത്തെ അമർത്തിച്ചുംബിക്കുന്നുണ്ടായിരുന്നു.

ജിബ്രാൻ

മേരി,

പ്രാണപ്രിയനെ തേടിനടക്കുന്ന മണവാട്ടിളെ പ്പോലെയാണ് ലെബനോണിലെ രാപ്പകലുകൾ. മുന്തിരിവള്ളികളും മാതളമരങ്ങളും എത്ര ആനന്ദത്തോടെയാണ് അവയെ ചുംബിക്കാനൊരുങ്ങിനില്ക്കുന്നത്. നിന്നോടെനിക്ക് നിറം നഷ്ടപ്പെട്ട ഒരസൂയയുണ്ട്. വരൂ, വരൂ എന്ന് വിളിക്കുമ്പോഴെല്ലാം രാപ്പകലുകളറിയാതെ നിന്നെത്തേടി ഞാനെത്താറുണ്ടായിരുന്നല്ലോ. അപ്പോഴെല്ലാം നീ വേനലിന്റെ കൊമ്പുപിടിച്ച് എനിക്കു നേരെ പ്രണയശരങ്ങൾ എയ്യാറുണ്ടെന്ന കാര്യം ഞാനിതുവരെ മറന്നിട്ടില്ല. പുരാതനമായ ഈ നഗരം ഇന്ന് മേഘങ്ങളാൽ മൂടപ്പെട്ടുകഴിഞ്ഞു. നമ്മുടെ നക്ഷത്രങ്ങൾക്ക് ഇനിയാരാണ് വസന്തത്തിന്റെ കുപ്പായങ്ങൾ തുന്നിക്കൊടുക്കുക. ഇരുൾമൂടുംമുൻപ് മേഘമാർഗ്ഗങ്ങളൊന്നിലൂടെ നമുക്ക് പറന്നു പോകേണ്ടതുണ്ട്. പറക്കുമ്പോൾ നമ്മുടെ ചിറകുകൾ രാപ്പകലുകൾക്കു മുകളിൽ മേഘങ്ങൾ കാൺകേ ചേർത്തുവയ്ക്കണം. ഇനി അവർ പാടുന്ന ഗാനങ്ങളിൽ നമ്മുടെ നക്ഷത്രംകൂടി ഉണ്ടായിരിക്കട്ടെ.

ജിബ്രാൻ

ജെ,

ഹരിതാഭമാം കാലം. അതിലൊഴുകിനടക്കുന്ന
ചാന്ദ്രനദി. നദിയിൽ സൂര്യപുഷ്പം ചൂടിയ തോണി.
തോണിയിൽ നിറയെ ഭൃംഗനൃത്തം.
നൃത്തം ചെയ്യുമ്പോൾ ചെമ്പഴങ്ങൾ ഒന്നൊന്നായി
പൊഴിയുന്നു. പ്രിയപ്പെട്ടവളേ, നിന്റെ കവിതയിൽ
നിറയെ ദൈവത്തിന്റെ ചുംബനങ്ങൾ. വേനലിന്റെ
ഈ പുഴയെ രുചിച്ചുനോക്കാനാവില്ല.
ദൈവത്തിനൊപ്പമിരുന്നു നിനക്ക് വിരുന്നു
കഴിക്കേണ്ടിവരും. നിന്റെ കവിതകൾക്ക് ദൈവം
സംഗീതാനുഭവം ചേർക്കും. രാവിന്റെ
അവസാനജാലകവും ജാലകവും അടഞ്ഞുകഴിയു
മ്പോൾ ദൈവം നിന്നോടു മന്ത്രിക്കും; വരൂ, നമുക്ക്
സ്വർഗ്ഗത്തിലെ കവിതകളാകാം.

ജിബ്രാൻ

പ്രിയപ്പെട്ട എമിലീ,

ദൈവത്തിന്റെ വിരുന്നുശാല കാണാൻ എന്തു ഭംഗിയാണ്. നക്ഷത്രവിളക്കുകളാൽ അലംകൃതമായ ഒരു കൊച്ചുകൊട്ടാരം തന്നെയാണത്. മേഘത്തിരശ്ശീലകൾക്കപ്പുറം കാലമൊരുക്കിവച്ച ധവളസിംഹാസനം. അവിടെയിരുന്നാണ് ദൈവം നിയതിയുടെ അശ്വങ്ങളെ നിയന്ത്രിക്കുന്നത്. കാല്പനികനായ ദൈവം നമ്മുടെ പ്രണയത്തെ സ്തുതിക്കാതിരിക്കില്ല. വിരുന്നുശാലയിൽ കൊളുത്തിവച്ച പൊൻശലാകകളുടെ ദീപ്തിയിൽ ദൈവം കുറിച്ചുവച്ച പ്രണയാക്ഷരങ്ങൾ നാം ഒരുമിച്ചുവായിച്ചിരുന്നുവല്ലോ. പ്രണയിനികൾക്കു മാത്രമായി ഞാൻ ഒരു ആകാശവും ഭൂമിയും സൃഷ്ടിക്കും. അവർക്കുവേണ്ടി ഞാനൊരു നക്ഷത്രത്തടാകമൊരുക്കും. സമുദ്രം അവരുടെ പേരു ചൊല്ലിവിളിക്കട്ടെ. ഇളംകാറ്റിന്റെ ദളങ്ങൾ അവർക്കുവേണ്ടി ഉറക്കെപ്പാടട്ടെ. നോക്കൂ, ദൈവം എത്ര മധുരമായാണ് നമ്മെ പ്രണയിക്കുന്നത്.

ജിബ്രാൻ

പ്രിയപ്പെട്ട എമിലീ,

ജലകന്യകമാർക്കൊപ്പം നൃത്തംചെയ്യുന്ന നിലാവ്. നിലാവിന്റെ തളിർത്ത ശൃംഗത്തിനുചുറ്റും രാവിന്റെ പവിത്രദളങ്ങൾ. നിന്റെ മേനിയിലാകെ പൂത്തുനിന്ന ഋതുക്കൾ ഒന്നൊന്നായി നിലാവിൽ അലിഞ്ഞൊഴുകുന്നു. എന്റെ അധരങ്ങളിലേക്ക് നീ പകർന്നുതന്ന മുന്തിരിച്ചാറ് ഇപ്പോഴുമെന്നെ മോഹിപ്പിക്കുന്നു. നിന്റെ പെൺമയുടെ തീക്ഷ്ണഗന്ധം എന്റെ ഹൃദയത്തെ ചൂടുപിടിപ്പിക്കുന്നു. വനസരോവരങ്ങൾ കണ്ടിറങ്ങിയ ഒരു സഞ്ചാരിയെപ്പോലെയാണ് ഞാൻ. നിന്റെ വേഗങ്ങൾ എത്ര മധുരമായാണ് എന്നെ ഒഴുക്കിക്കൊണ്ടുപോയത്. നോക്കൂ, സമുദ്രത്തിലേക്കു ചിറകുവയ്ക്കുന്ന ഈ പുഴയിൽ നിറയെ കേളീപത്മങ്ങളാണ്. നിന്റെ നാഭീഗന്ധം എത്ര ഊഷ്മളമായാണ് അവയെ ലഹരിപിടിപ്പിക്കുന്നത്. ജലകന്യകമാർക്കൊപ്പം നൃത്തംചെയ്യുന്ന നിലാവ് മായാതിരുന്നെങ്കിലെന്ന് ആശിച്ചുപോകുന്നു. നിന്റെ അധരങ്ങളിലൂടൊഴുകിയ മധുരം എന്റെ ഹൃദയത്തെ ഒരു പാനപാത്രമാക്കിയിരിക്കുന്നു. വരൂ, നൃത്തംചെയ്യുമ്പോൾ നമ്മുടെ ശരീരങ്ങൾ ഒന്നായിരിക്കും.

ജിബ്രാൻ

പ്രിയപ്പെട്ട ജെ,

എന്നെ മോഹിക്കുന്നവരുടെ മനസ്സു നിറയെ ദാഹമായിരുന്നു. എന്നെ നോവിക്കുന്നവരുടെ മനസ്സുനിറയെ ആദരവായിരുന്നു. എന്നെ പ്രണയിക്കുന്നവരുടെ മനസ്സുനിറയെ പ്രാർത്ഥനകളായിരുന്നു. നോക്കൂ, സമുദ്രംപോലെ കയർക്കുന്ന ഒരു മനസ്സാണ് എന്റേത്. അതിലേക്ക് നിങ്ങൾ തോണിയിറക്കരുത്. ആസുരതയാർന്ന തിരമാലകൾ വാളുകളുയർത്തി അവയെ തകർക്കും. പർവതംപോലെ പൊട്ടിച്ചിരിക്കുന്ന ഒരു മനസ്സാണ് എന്റേത്. അതിലേക്ക് നിങ്ങൾ കയറിവരരുത്. കൊടുങ്കാറ്റിന്റെ കടുവക്കുട്ടികൾ കൂർത്ത നഖങ്ങളുയർത്തി നിങ്ങളെ അപായപ്പെടുത്തും. ഞാനിപ്പോൾ നിങ്ങളുടെ പ്രഭാതങ്ങൾക്കു വേണ്ടിയാണ് പ്രാർത്ഥിക്കാറുള്ളത്. കൃപാസമുദ്രമേ, എന്റെ മനസ്സിനെ ഒന്നു ചുംബിക്കുക. ആകാശത്തെയും ഭൂമിയെയും എനിക്കു സ്നേഹി ക്കാൻ കഴിയണമേ.

ജിബ്രാൻ

പ്രിയപ്പെട്ട ബാരി,

ശലഭങ്ങളോടും വെള്ളാരങ്കല്ലുകളോടും ഇന്നലെ രാവോളം ഞാൻ കയർക്കുകയായിരുന്നു. പൂചൂടിയ ഒരു ശലഭം നിന്റെ നഗ്നതയെക്കുറിച്ചു പാടിയത് എനിക്ക് സഹിക്കുവാനായില്ല. വെള്ളാരങ്കല്ലുകൾ നിന്റെ മാറിടങ്ങളിൽ ശയിക്കാറുണ്ടെന്നു പറഞ്ഞത് എനിക്കിഷ്ടമായിരുന്നില്ല. ഞാനവരോടു കലഹിച്ചു. നോക്കൂ, ഉദ്യാനം വിട്ട്പറന്നുപോകുന്ന ശലഭങ്ങൾ എന്നോടു കലഹിച്ച് പിണങ്ങിപ്പോവുകയാണ്. വെള്ളാരങ്കല്ലുകൾ ഇതാ പർവതങ്ങളിലേക്ക് മടങ്ങിപ്പോകാൻ തയ്യാറാകുന്നു. പ്രിയപ്പെട്ടവളേ, സ്വപ്നങ്ങളിൽനിന്നു നീ ഇറങ്ങിവരുന്നതും കാത്ത് ഒരവധൂതൻ ഇതാ താഴ്വാരത്ത് കാത്തുനില്ക്കുന്നു. എന്റെ ഹൃദയത്തിലേക്ക്, പൂവുകളാൽ അലങ്കരിച്ച നിന്റെ ഹൃദയം ചേർത്തുവയ്ക്കില്ലേ? നോക്കൂ, നിന്നെപ്പോലെ വസന്തസൂര്യനും എന്നെ വല്ലാതെ കോരിത്തരിപ്പിക്കുന്നു.

ജിബ്രാൻ

ജെ,

മഞ്ഞുപെയ്യുമ്പോൾ നാമെത്ര ക്ഷമയോടെയാണ് വേനലിനെ കാത്തിരുന്നത്. രുചികുറഞ്ഞ ധാന്യം എത്ര രുചിയോടെയാണ് നാം മത്സരിച്ച് തിന്നുതീർത്തത്. ഉഷസ്സിനും സായം സന്ധ്യയ്ക്കുമിടയിൽ നാമെത്ര തവണയാണ് ചുംബിച്ചത്. നിശാശലഭങ്ങളെ നാമെത്ര സ്നേഹ ത്തോടെയാണ് വിരുന്നിനു ക്ഷണിച്ചത്. ഇതാ നാം നോക്കിനോക്കിയിരിക്കേ മഞ്ഞിന്റെ അവസാനദളവും കൊഴിഞ്ഞുപോയിരിക്കുന്നു. വരൂ, വെള്ളാരങ്കല്ലുകൾ നിറഞ്ഞ തടാകത്തിലൂടെ നമുക്ക് അനന്തതയിലേക്ക് ഒഴുകാം. ഒഴുകുമ്പോൾ നമ്മുടെ ചുണ്ടുകൾ ആരാണാദ്യം കവർന്നെടുക്കുന്നത്?

ജിബ്രാൻ

ജെ,

സമുദ്രസംഗീതം കേട്ടിരിക്കുന്ന സുന്ദരികളായ പെൺകുട്ടികൾ. അവർക്കിടയിൽ ഞാനൊരു പൂമരമാകാൻ കൊതിച്ചു. താഴ്‌വാരങ്ങളിൽ പൂക്കളിറുത്തു നടക്കുന്ന പെൺകുട്ടികൾ. അവർക്കിടയിൽ ഞാനൊരു പൂക്കൂടയാകാൻ കൊതിച്ചു. പുഴയിൽ സ്നാനംചെയ്യുന്ന പെൺകുട്ടികൾ. അവർക്കിടയിൽ ഞാനൊരു പരൽമീനാകാൻ കൊതിച്ചു. പ്രിയപ്പെട്ടവളേ, കൊതിയുടെ അങ്ങേയറ്റം കയ്പാണെന്ന് നീ വിളിച്ചുപറഞ്ഞത് എനിക്കിപ്പോഴും നല്ല ഓർമ്മയുണ്ട്. ഓർമ്മമണം എന്നെ ഉന്മാദിയാക്കുന്നു. അതിനുമുൻപ് എനിക്ക് ആ പെൺകുട്ടികളോടൊപ്പം നൃത്തം ചെയ്യണമെന്നുണ്ട്. എനിക്കു വേണ്ടി പ്രാർത്ഥിക്കുന്ന നിന്റെ ചുണ്ടുകൾക്ക് നന്ദി.

ജിബ്രാൻ

മേയ്സിയാദ,

എന്റെ ഹൃദയത്തിലേക്കു പറന്നിറങ്ങിയ പക്ഷിക്കുഞ്ഞുങ്ങളെ നീ ഓർമ്മിക്കുന്നുണ്ടോ? ഭംഗിയുള്ള അതിലും ഭംഗിയുള്ള തൂവലുകൾ - ഹൊ - അത് നിലാവിന്റെ നിറംപോലെ എത്ര ലളിതസുന്ദരമാണ് - ഒന്നൊന്നായി കൊരുത്തുവച്ച് മെല്ലെ പറന്നുപോകുന്നു. ആ കാഴ്ചകണ്ടിട്ടാകണം പുഴയ്ക്കപ്പുറം നിന്ന് പേരറിയാക്കിളികൾ എന്നെ നോക്കി അസൂയപ്പെടുംപോലെ. എന്റെ പക്ഷിക്കുഞ്ഞുങ്ങളെ നീ നിന്റെ ഉദ്യാനത്തിലേക്ക് കൂട്ടിക്കൊണ്ടുപോവുക. നിനക്കു വേണ്ടിയാണല്ലോ ഞാനിവയെ ഇത്രമാത്രം സ്നേഹിച്ചത്.

ജിബ്രാൻ

ഹാരാ,

രാഗബന്ധുരമാർന്ന നിമിഷങ്ങൾകൊണ്ടൊരുക്കിയ വിരുന്നുശാലയിലിരുന്ന് നീ പിയാനോ വായിക്കുന്നു. ദൈവം നിന്റെ വിരലുകളിൽ സ്പർശിക്കുന്നതും അമർത്തി ചുംബിക്കുന്നതും ഞാനറിയുന്നുണ്ട്. ഹിമസാഗരമിതാ, നൈർമ്മല്യത്തിന്റെ പളുങ്കുപടവുകളൊരുക്കി ഇതാ നിന്നെ ക്ഷണിക്കുന്നു. ദൈവം നിന്നെ അമർത്തിയമർത്തി ചുംബിക്കുമ്പോൾ നീയൊരുസംഗീതോപകരണമായി മാറുന്നു. വനപുഷ്പങ്ങൾക്കും കടുവക്കുട്ടികൾക്കും നിന്നോട് അസൂയ തോന്നുന്നുവെങ്കിൽ എന്താണു തെറ്റ്. ഞാൻ പോലും നിന്നെയൊന്നു ചുംബിക്കുവാൻ എത്രനാളായി കാത്തുനില്ക്കുന്നു.

ജിബ്രാൻ

പ്രിയപ്പെട്ടവളേ,

സ്വപ്നനദിയിൽ മുങ്ങിയൊഴുകുന്ന
പരൽമീനുകളെപ്പോലെയാണ് പ്രിയപ്പെട്ടവളേ,
നിന്റെ അമൃതനിമിഷങ്ങൾ. സ്നേഹിക്കൂ,
സനേഹിക്കൂ എന്നു മന്ത്രിച്ചുകൊണ്ട് നീയെന്റെ
ഹൃദയത്തിലേക്ക് മുഖംതാഴ്ത്തുന്നു.
പിംഗളകേശിനിയായ നീ എന്തിനാണ് ഇത്ര
ആഴത്തിലെന്നെ ചുംബിച്ചുണർത്തുന്നത്. നിന്റെ
ശലഭമിഴികൾ എന്തിനാണെന്നെ കോരിക്കുടിക്കുന്നത്.
നിന്റെ അധരങ്ങൾ വല്ലാതെ കിതയ്ക്കുന്നുണ്ടല്ലോ.
പ്രിയപ്പെട്ടവളേ, രക്തവും വീഞ്ഞും കലർന്ന സ്വാദ്
എനിക്കുമാത്രം അവകാശപ്പെട്ടതാണ്. സ്വാദിഷ്ഠമായ
നിന്റെ അധരങ്ങൾ എന്റെ തൃഷ്ണകൾക്കുമേൽ
തണലിടമൊരുക്കുന്നു. ഈ രാവ്
പെയ്തിറങ്ങും മുൻപ് നീവരിക.

ജിബ്രാൻ

ജെ,

നിശാശലഭങ്ങളോട് എനിക്ക് വല്ലാത്തൊരിഷ്ടമുണ്ട്. അവ എന്റെ സ്വപ്നങ്ങൾക്കു ചുറ്റും എപ്പോഴും നൃത്തംചെയ്യാറുണ്ട്. നൃത്തംകണ്ട് എനിക്ക് മതിവരാത്തതുകൊണ്ടാകും അവയെപ്പറ്റി ഞാനിപ്പോഴും പാടിപ്പോകുന്നത്. ഞാൻ നിന്നോടു മാത്രമായി പറയട്ടെ, നിശാശലഭത്തിന്റെ ചകിത ചാരുതയാണ് നിനക്കുള്ളത്. അവയുടെ നീലക്കണ്ണുകളിൽ തെളിയുന്ന പകൽചന്തം ഞാൻ നിന്റെ കണ്ണുകളിലും കാണുന്നു. മഞ്ഞപ്പൊട്ടുകളുള്ള അവയുടെ ചിറകുകൾപോലെ നിനക്കും ഭംഗിയുള്ള ചിറകുകളുണ്ട്. അവ പാടുംപോലെ നീയും പാടുന്നു. എന്റെ സ്വപ്നങ്ങളിൽ ചുണ്ടുകളമർത്തി എന്നെ കോരിത്തരിപ്പിക്കണമെന്ന് നിങ്ങൾ മന്ത്രിക്കുന്നത് എനിക്ക് വ്യക്തമായി കേൾക്കാം. വരൂ, നിശാശലഭങ്ങൾക്കും നിനക്കും സുസ്വാഗതം.

ജിബ്രാൻ

പ്രിയപ്പെട്ടവളേ,

വിരലുകളിലൂടൂർന്ന് ഒരു നഗ്നകവിത ഭൂമിയിലേയ്ക്കൊഴുകിവന്നു. അതിനാദ്യമായി ഒരുദ്യാനമൊരുക്കിക്കൊടുത്തത് ഞാനായിരുന്നു. എന്റെ ഉദ്യാന നിർമ്മിതി കണ്ട് നീ അത്ഭുതപ്പെട്ടു. ഉദ്യാനം കണ്ടുനടക്കുമ്പോൾ ഞാൻ നിന്റെ പിൻകഴുത്തിൽ മെല്ലെ ചുണ്ടുകൾ ചേർത്തു. അത്ഭുതം - എത്ര പെട്ടെന്നാണ് നീയൊരു ഉദ്യാനമായിത്തീർന്നത്. നിന്റെ വിരലുകളിൽ തൊടുമ്പോൾ അജ്ഞാതമായൊരു വേപഥു എന്നെ വേട്ടയാടാറുണ്ട്. നോക്കൂ, വെള്ളിമേഘങ്ങൾ വളർത്തിയെടുത്ത ആകാശച്ചെടികൾ ഇന്നിതാ പൂവിട്ടിരിക്കുന്നു. നിന്റെ (എന്റെയും) പ്രണയംകൊണ്ട് അലങ്കരിച്ച ഉദ്യാനകവാടം ഇതാ തുറന്നുകിടക്കുന്നു. വിരലുകളിലൂടൂർന്ന ആ നഗ്നകവിത ആകാശക്കൊട്ടാരത്തിലേക്കു നമ്മെ ക്ഷണിക്കുന്നു. ആകാശത്തിനും ഭൂമിക്കുമിടയിൽ നാം നട്ടുവളർത്തിയ ഉദ്യാനത്തിന് നാം മടങ്ങിവരുംവരെ ദൈവം കാവൽനില്ക്കട്ടെ.

ജിബ്രാൻ

പ്രിയപ്പെട്ട എമിലീ,

എന്റെ നിശ്ശബ്ദതയിലേക്കു പറന്നിറങ്ങിയ പേരറിയാക്കിളിയെ ഓർത്ത് ഞാനിന്ന് കഠിനമായി ദുഃഖിക്കുന്നു. അരുമയാർന്ന അതിന്റെ നീലച്ചിറകുകളിൽ ഒന്നു ചുംബിക്കുവാൻപോലു മാകാതെ, ഞാനെത്ര പരുഷമായിട്ടാണ് അതിനെ അകലത്തേക്കു പറത്തിവിട്ടത്. എന്റെ കൊഴിഞ്ഞ സ്വപ്നച്ചില്ലയിലേക്കു പറന്നിറങ്ങുമ്പോഴും എന്റെ പരുഷവാക്കുകൾ തട്ടി അതിന്റെ ഹൃദയംവേദനിച്ചപ്പോഴും അതിമധുരമായി ആ കിളി പാടുന്നുണ്ടായിരുന്നു. എനിക്ക് ആ ഗാനത്തിന്റെ സൗന്ദര്യം ആസ്വദിക്കാനായില്ല. എന്റെ കൃമികർണ്ണങ്ങൾ ശാപം പേറിയ ജന്മത്തിന്റെ തുടർച്ചയാണെന്ന് ഞാനിപ്പോഴും വിശ്വസിക്കുന്നു. എന്നരികത്തിരിക്കുമ്പോഴെല്ലാം നീ പാടാറുള്ള ആ ഗാനം - നക്ഷത്രശോഭയണിഞ്ഞ ആ ശിശിരഗാനം എനിക്കുവേണ്ടി ഒരിക്കൽക്കൂടി നീ പാടുക. എന്റെ കൃമികർണ്ണങ്ങൾക്കു നല്കാവുന്ന കനത്ത ശിക്ഷയായിരിക്കുമത്. നിന്റെ ഗാനച്ചിറകുകളിൽ പറ്റിച്ചേർന്ന് പറന്നുപറന്ന് മേഘോദ്യാനങ്ങൾക്കു മുകളിൽ നൃത്തംവച്ച് ആനന്ദത്തിന്റെ ഹിമബിന്ദുക്കളിൽ ഞാൻ ലയിച്ചുചേരട്ടെ. നിശ്ശബ്ദത ഒരു പൂവിരിയും പോലെ സുന്ദരമാണെന്നു മന്ത്രിച്ചത് നീയാണല്ലോ.

ജിബ്രാൻ

മേയ്സിയാദ,

ശബ്ദവും നിശ്ശബ്ദതയും കൂട്ടുകാരായിരുന്നുവെന്നും അവർ പ്രണയിച്ചിരുന്നുവെന്നും നീ എഴുതിയത് എത്ര ആഴത്തിലാണ് ഞാൻ വായിച്ചാസ്വദിച്ചത്. പ്രിയമുള്ളവളേ, നിന്റെ പകൽ എന്റെ രാവിനോടും എന്റെ കാമുകൻ നിന്റെ കാമുകിയോടും മന്ത്രിച്ച വാക്കുകൾ തോടുപൊട്ടിച്ച് ഇപ്പോൾ പുറത്തുവന്നിരിക്കുന്നു. ഇനി നമുക്ക് ഒളിച്ചിരിക്കാനാവില്ല. നമുക്ക് ശബ്ദമാകാം. നമുക്ക് രാവുകളാകാം. നമുക്ക് കാമുകരാകാം. ദൈവം വസന്തത്തിന്റെ കൊമ്പുകുലുക്കി നമ്മെ അനുഗ്രഹിക്കട്ടെ.

ജിബ്രാൻ

മേരി എലിസബത്ത് ഹാസ്ക്കൽ,

ലെബനോണിലെ പെൺകുട്ടികളുടെ
സ്വപ്നം കാണൽ വിചിത്രമാണ്. പകലറുതിയിലാണ്
അവർ നല്ല സ്വപ്നങ്ങൾ അധികവും കാണുന്നത്.
സ്വപ്നംകാണുമ്പോൾ അവർ മിഴികളടയ്ക്കാറേയില്ല
തടാകങ്ങളെപ്പോലെ സുമംഗളകളായ അവരുടെ
മിഴികളിൽ ഋതുക്കൾ ഒഴുകിവരുന്നതും പെയ്തിറങ്ങു
ന്നതും നമുക്ക് കണ്ടിരിക്കാം. എത്ര നയനാനന്ദകര
മാണ് ആ കാഴ്ചകൾ. മേരി, നീയും ലെബനോണിലെ
സുന്ദരിമാരെപ്പോലെ സ്വപ്നംകാണുന്നു.
നിന്റെ മിഴികളിൽ ആദ്യവും അവസാനവുമായി
തെളിയുന്ന ഒറ്റച്ചിത്രം എന്റെ മാത്രമാണല്ലോ.
നിന്റെ സ്വപ്നങ്ങളിലേക്ക് ഞാനിതാ
ഒരു സമ്മാനം കൊരുത്തുവയ്ക്കുന്നു.

ജിബ്രാൻ

പ്രിയപ്പെട്ട ബാരി,

പവിത്രമുദ്രയണിഞ്ഞ ശരത്ക്കാലത്തിന്
ഞാനിന്നൊരു പാരിതോഷികം കൊടുത്തു.
ഒരു കന്യകയുടെ നഗ്നചിത്രം.
അവളുടെ അളകങ്ങൾക്ക് ഹേമന്തത്തിന്റെ
ചാരുതയുണ്ടായിരുന്നു. ഋതുക്കൾ ചുംബിച്ച
അവളുടെ മേനിയിലാകെ സ്വർണ്ണനാഗങ്ങൾ
ഇഴഞ്ഞു നടക്കുന്നുണ്ടായിരുന്നു.
എന്റെ ഭയം, അവളെ കൂടുതൽ ആനന്ദിപ്പിക്കുന്നതു
പോലെ തോന്നി. ചിത്രശാലയിലേക്ക് അവൾ
കയറി വന്ന നിമിഷം - ഹൊ - അവളുടെ
വെള്ളിമുയലുകൾ എന്റെ ചുണ്ടുകൾ കാരറ്റ് പോലെ
കടിച്ചുതിന്നാൻ മത്സരിക്കുന്നുണ്ടായിരുന്നു.
വേനലിലേക്ക് തുറക്കുന്ന ഒറ്റയൊറ്റ ജാലകങ്ങൾ
അവൾ അടച്ചുകഴിഞ്ഞിരുന്നു. ക്ഷണിക്കപ്പെടാത്ത
രാവ് ഇതാ ഭൂമിയിലേക്ക് ഇറങ്ങി വരുന്നൂ എന്നവൾ
മന്ത്രിച്ചു. ഞങ്ങൾക്കു ചുറ്റും ഒരു സമുദ്രം രൂപപ്പെട്ടു.
ജലമായി, തിരയായി, മത്സ്യമായി, തോണിയായി
ഞങ്ങൾ ആഴങ്ങളിലേക്കു ചിറകു വച്ചു.
പവിഴദ്വീപുകളെ കിനാവ് കണ്ട അവളുടെ മിഴികളിൽ
ഞാൻ തുടരെ ചുംബിച്ചു. നോക്കൂ, ശരത്ക്കാലത്തിന്
ഞാൻ കൊടുത്ത പാരിതോഷികം അവളുടെ
ഹൃദയതടാകത്തിലേക്കാണ് ഒഴുകിവന്നത്.

ജിബ്രാൻ

ബാരി,

നിശ്ശബ്ദതയുടെ മുഖംമങ്ങിത്തുടങ്ങിയത്
ഞാനറിഞ്ഞിരുന്നില്ല. പുലർകാലമായതിനാലാകണം
മഞ്ഞിന്റെ കടുവക്കുട്ടികൾ നിദ്രവിട്ടുണർന്നിരുന്നില്ല.
ഹേമന്തത്തിൽ വിരുന്നുവരാറുള്ള മത്സ്യാകൃതിയുള്ള
നക്ഷത്രങ്ങൾ മേഘങ്ങൾക്കിടയിൽ
ഒളിച്ചിരുന്നുകൊണ്ട് നിന്റെ നഗ്നത കോരിക്കുടിക്കുന്നു.
ഞാനെത്ര ഭയചകിതനാണ്. ഒരു മുയൽക്കുഞ്ഞിന്റെ
ഭയമാണെന്റേതെന്ന് നീ വിളിച്ചുപറഞ്ഞത്
ഞാനിപ്പോഴും മറന്നിട്ടില്ല. നീ വരുമ്പോഴെല്ലാം
ലെബനോണിലെ ഉദ്യാനങ്ങൾ ഇത്ര
അരികിലെത്തിയോ എന്ന് ഞാൻ സംശയിച്ചു
പോകാറുണ്ട്. നോക്കൂ, സുഗന്ധത്തിനുമൊരു
സംഗീതധാരയുണ്ട്. അതുകൊണ്ടാണല്ലോ നീ
വരുമ്പോഴെല്ലാം ഞാൻ പാടിപ്പോകുന്നത്.

ജിബ്രാൻ

മേരി എലിസബത്ത് ഹാസ്ക്കൽ,

മാലാഖമാരെക്കുറിച്ച് നീ എഴുതിയതെല്ലാം
ഞാനിതാ കൊടുങ്കാറ്റിലേക്കു വലിച്ചെറിയുന്നു.
എന്റെ ഹൃദയം ആകെ തകർന്നുകിടക്കുകയാണ്.
അവിടെ ഇനിയൊന്നും സൂക്ഷിച്ചുവച്ചിട്ട്
ഒരർത്ഥവുമില്ല. എന്റെ തോണിയിൽ നീ കൊത്തിവച്ച
പ്രണയാക്ഷരങ്ങൾ കാലം ഇന്നല്ലെങ്കിൽ നാളെ
മായ്ച്ചുകളയും. എന്റെ ഹൃദയത്തിൽ നീ ഏല്പിച്ച
ആഴത്തിലുള്ള മുറിവുകൾക്കു മുകളിൽ ഞാനിതാ
മണൽച്ചാക്കുകൾ എടുത്തുവയ്ക്കുന്നു.
ഹൃദയം വല്ലാതെ നൊന്തു നൊന്തു വിങ്ങിപ്പൊട്ടട്ടെ.
പ്രിയപ്പെട്ടവളേ, നീ എന്തിനാണ് എന്നെ ഇത്ര
അഗാധമായി പ്രണയിച്ചത്?

ജിബ്രാൻ

എമിലി മിഖേൽ,

തൃഷ്ണകളുടെ ചായപ്പെട്ടി തുറന്ന് ദൈവമൊരു ചിത്രം വരയ്ക്കുന്നു. ഓർഫീസിലെ പർവതകാമനകൾ അതെത്ര ലജ്ജയോടെയാണ് നോക്കിയിരിക്കുന്നത്. പ്രണയം വരയ്ക്കുമ്പോഴെല്ലാം നീ എന്തിനാണിത്ര തുടുക്കുന്നത്. ഗ്രീഷ്മാധരങ്ങളിൽ വിരിഞ്ഞ മന്ദഹാസത്തെയാണ് ദൈവം ഇത്ര ലളിതവും സുന്ദരവുമായി വരച്ചിടുന്നത്. ദൈവത്തിന്റെ ചിത്രവിരലുകൾ ഒരു കുഞ്ഞിന്റെ നിഷ്കളങ്കതപോലെ ആർദ്രമാണ്. പർവതങ്ങളിൽനിന്ന് ഭൂമിയിലേക്കൊഴുകുന്ന നദികളിലൊരുവൾ ഇന്നലെ എന്നോടൊപ്പം രാവ് പങ്കിടാൻ എത്തിയിരുന്നു. മേഘാലംകൃതമായ കൂടാരത്തിലിരുന്ന് ഞാനവൾക്കുവേണ്ടി അമൃതഗാനങ്ങൾ പാടി. പ്രാർത്ഥനകളാൽ കൊരുത്തെടുത്ത ഒരു സമ്മാനം അവൾ എനിക്കുവേണ്ടി കരുതിവച്ചിരുന്നു. ദൈവം വരച്ച ചിത്രത്തിനുമുന്നിൽ അവളത് എനിക്കുവേണ്ടി സമർപ്പിച്ചു. ജപമണികൾകൊണ്ടൊരുക്കിയ ഒരു ഹൃദയം.

ജിബ്രാൻ

മേരി ഹാസ്ക്കൽ,

പട്ടുനൂലാൽ തുന്നിയ നീലക്കുപ്പായം. അതിൽ നിറയെ ആപ്പിൾമരച്ചിത്രങ്ങൾ. നിനക്കായ് കരുതിവച്ചതിലെല്ലാം എങ്ങനെയാണ് ആപ്പിൾമരങ്ങൾ കയറിക്കൂടിയതെന്ന് എനിക്കറിയില്ല. പ്രിയപ്പെട്ടവളേ,
മോഹിക്കുമ്പോൾ ആകാശത്തോളം മോഹിക്കുക.
സ്നേഹിക്കുമ്പോൾ ഭൂമിയോളം സ്നേഹിക്കുക.
വിലപിക്കുമ്പോൾ സമുദ്രത്തോളം വിലപിക്കുക.
ചിന്തിക്കുമ്പോൾ പർവതത്തോളം ചിന്തിക്കുക.
പ്രണയിക്കുമ്പോൾ മാത്രം ഇതെല്ലാമായിത്തീരുക.
നിന്റെ കുഞ്ഞുവിരലുകൾക്കും
അവയിൽനിന്നൂറിവരുന്ന പ്രണയാക്ഷരങ്ങൾക്കും
പ്രണയാക്ഷരങ്ങൾ ഇതൾവിടർത്തിയ
ആപ്പിൾപ്പൂക്കൾക്കും ദൈവം നന്മവരുത്തട്ടെ.

ജിബ്രാൻ

പ്രിയപ്പെട്ടവളേ,

ലെബനോണിൽ നിന്നൊഴുകിവരുന്ന
നക്ഷത്രമുഖമുള്ള പുഴയ്ക്ക് എന്തു പേരിട്ടു
വിളിക്കാനാണ് നീ ഇഷ്ടപ്പെടുന്നത്.
ഞാൻ പറയട്ടെ, ഓർമ്മകൾക്ക് ഏറെ ഇഷ്ടമായ
ഒരു പേര്, ആ പേരിന് മേഘത്തിന്റെ അഴകും
മിന്നിൽപ്പിണരുകളുടെ അഭിജാതഭംഗിയും
ഉണ്ടായിരിക്കും. വനസരോവരങ്ങളിൽ നീന്തിത്തുടിച്ച
നിന്റെ രാവുകൾ ഞാനിപ്പോഴും ഓർമ്മയിൽ
കൊരുത്തുവച്ചിട്ടുണ്ട്. നിദ്രയിലെപ്പോഴോ,
നിന്റെ തളിർത്ത പവിഴാധരങ്ങൾ എന്റെ നെഞ്ചിലൂടെ
ഇഴഞ്ഞുനടക്കാറുണ്ട്. ഞാനെത്ര ഭാഗ്യവാനാണ്.
പുലരിവരുംവരെ എന്റെ ഏകാന്തതയുടെ കൂടു
പണിയാൻ നീ ഒപ്പം ചേർന്നല്ലോ. ദൈവത്തിനോട്
ഞാനിക്കാര്യം വിളിച്ചുപറയട്ടെ. നിനക്ക്
ഏറെയിഷ്ടമുള്ള ആ പവിത്രസമ്മാനംഞാനിതാ
നിന്റെ ലഹരിക്കുമുൻപിൽ കൊളുത്തിവയ്ക്കുന്നു.

ജിബ്രാൻ

ജോസഫൈൻ,

പുഴയ്ക്കും കാമുകഹൃദയത്തിനും ഒരേ ഭംഗിയാണ്.
ഋതുക്കൾ കൊണ്ടൊരുക്കിയ ഒരു തോണിയിൽ
നീ സമുദ്രസംഗീതം കേൾക്കാനായി മെല്ലെ
ഒഴുകിപ്പോകുമ്പോൾ ആ തോണിയെ ചുംബിച്ച്
ഞാനും ഒഴുകുകയായിരുന്നു. നിന്റെ നീലക്കണ്ണുകൾ
എന്റെ നനഞ്ഞഹൃദയം ഒന്നു കാണണമേ
എന്ന് ഞാൻ അതിയായി കൊതിച്ചു.
നീ ചുംബിക്കാത്ത ഹൃദയം എത്ര വിരൂപമാണ്.
നീ ചുംബിക്കാത്ത എന്റെ ചുണ്ടുകൾ എത്ര
വിവർണ്ണമാണ്. നീ ചുംബിക്കാത്ത എന്റെ ലഹരി
എത്ര കയ്പുനിറഞ്ഞതാണ്. പ്രിയപ്പെട്ടവളേ,
സമുദ്രസംഗീതം ഒഴുകിവരുംമുൻപ് നീ എന്നെ
ചുംബിച്ചുണർത്തുക. ചുംബിക്കുമ്പോൾ പുഴയും
തോണിയും സമുദ്രസംഗീതവും ഞാൻ മാത്രമാകുന്നു.

ജിബ്രാൻ

എമിലി മിഖേൽ,

ബിസ്ഹാരിയിലെ പകലുകൾക്ക് കടുംനിറമാണ്.
പ്രണയിക്കുമ്പോഴെല്ലാം ഇത് നിന്റേത് ഇത് നിന്റേത്
എന്ന് അടയാളപ്പെടുത്തുന്ന കടുംനിറം.
മേഘോദ്യാനങ്ങളിൽനിന്ന് ഒഴുകിവന്ന സുഗന്ധം
നമ്മുടെ പ്രണയത്തിന് അരങ്ങൊരുക്കുന്നു.
മഞ്ഞുതുള്ളിപോലെ പേലവമായ സ്വപ്നങ്ങൾ
അരങ്ങിനുചുറ്റും അലങ്കാരമുദ്രകളാകുന്നു.
ഒരാപ്പിൾ നമുക്കായിവച്ചുനീട്ടിയ രാവിനെ
നിനക്കോർമ്മയുണ്ടോ?
പക്ഷിത്തൂവലുകൾകൊണ്ടൊരുക്കിയ നിന്റെ
ഓർമ്മച്ചെപ്പിൽ നിറയെ പ്രാർത്ഥനകളുടെ മന്ദഹാസം.
ദൈവം കിന്നരം വായിക്കുമ്പോൾ നമ്മുടെ
ഹൃദയങ്ങൾ ദേവാലയങ്ങളായി മാറുന്നു.
നക്ഷത്രങ്ങളും പരൽമീനുകളും അതെത്ര
ശ്രദ്ധയോടെയാണു കേട്ടുനില്ക്കുന്നത്.
പ്രാർത്ഥിക്കുമ്പോൾ നിന്റെ (എന്റെയും) ഹൃദയം
പാതിവിരിഞ്ഞ പൂജാപുഷ്പം പോലെയാണ്.
പ്രഭാതമെത്തുംവരെ നമുക്കു പ്രാർത്ഥനകളുടെ
തോണിയിൽ ഒഴുകി നടക്കാം.

ജിബ്രാൻ

മേരി എലിസബത്ത് ഹാസ്ക്കൽ,

പുഴയ്ക്കപ്പുറം നിന്ന് പേരറിയാപ്പക്ഷികൾ പറന്നുവരുന്നു. ഞാനവരെ ഇതുവരെ ക്ഷണിച്ചിട്ടില്ല. പക്ഷേ, നിന്റെ ഛായാചിത്രം കണ്ടിട്ടാകണം അവരിതാ നിന്നെ ചുംബിക്കുവാനായി പറന്നുവരുന്നു. നിന്നോടുള്ള എന്റെ പ്രണയം അവരറിഞ്ഞിട്ടുണ്ടാകുമോ. ഇല്ലെന്നു കരുതാൻ ഇനിയിപ്പോഴാവില്ല. പ്രണയത്തിനു ചില ശീലങ്ങളുണ്ട്. പ്രണയമറിഞ്ഞു വരുന്നവർക്കെല്ലാം വിരുന്നൊരുക്കണം. അവർക്കുവേണ്ടി സ്വർഗ്ഗീയ സംഗീതമാലപിക്കണം. സൽക്കാരം രാവോളം ഒഴുകിപ്പരന്നാൽ അവർക്കുവേണ്ടി നൃത്തം ചെയ്യണം. നമ്മുടെ പ്രണയത്തിന് ഇപ്പോഴാണ് ഒരു കാന്തികഭംഗി ഒഴുകിവന്നത്. നക്ഷത്രങ്ങളുടെ നീൾമിഴി കളിൽ ഇപ്പോഴും നമ്മുടെ പ്രണയഹൃദയതാളമുണ്ട്. രാപ്പലുകൾക്ക് ഒത്തനടുവിൽ അവർക്കായി നമുക്കൊരു വിരുന്നുശാല ഒരുക്കേണ്ടതുണ്ട്. ഒരു മാലാഖയെപ്പോലെ അവിടേക്ക് നീ ഒഴുകിവരണം. എല്ലാവരും കാണട്ടെ, നീ എത്ര സുന്ദരിയാണെന്ന്.

ജിബ്രാൻ

പ്രിയപ്പെട്ടവളേ,

രാവിനും പകലിനുമിടയിലൂടെ ഒരു നദി
ഉന്മാദിനിയെപ്പോലെ ഒഴുകിപ്പോകുന്നു.
അവളുടെ തളിർത്ത നാഭിച്ചുഴിയിൽ വെയിൽ
ചിത്രങ്ങൾ വീണുകിടക്കുന്നു. അജ്ഞാതഗായകന്റെ
മന്ത്രമധുരമായ ഗാനംകേട്ട് അവൾ കൂടുതൽ ശൃംഗാര
വതിയാകുന്നു. അവളുടെ മധുരാധരം
കവർന്നെടുക്കാൻ പകലിനപ്പുറത്തുനിന്ന്
രാജകുമാരന്മാർ വരുന്നു. പക്ഷേ, ജ്ഞാനിയുടെ
കുതിരമാത്രം അവിടേക്കു പ്രവേശിക്കുന്നില്ല.
ആ കുതിരയ്ക്ക് രാവിന്റെ
നിറമായിരുന്നു. അതിന്റെ നീലക്കണ്ണുകളിൽ
അവസാനിക്കാത്ത ദാഹമുണ്ടായിരുന്നു.
നിന്റെ കവിൾത്തടങ്ങൾ കണ്ടിട്ടാകണം
അതു വല്ലാതെ ചിനയ്ക്കുന്നുണ്ടായിരുന്നു.
ലില്ലിപ്പൂപോലെ കൂമ്പിയ നിന്റെ മാറിടങ്ങൾ
കണ്ടിട്ടാകണം അതു വല്ലാതെ
ദാഹിക്കുന്നുണ്ടായിരുന്നു. നിന്റെ സുഗന്ധനാദം
തേൻപോലെ അതിനെ മത്തുപിടിപ്പിക്കുന്നു
ണ്ടായിരുന്നു. ബദാം തോട്ടത്തിലേക്കു ചെത്തിയൊരു
ക്കിയ പാതപോലെ മനോജ്ഞമായ നിന്റെ നാഭിച്ചുഴി
യിലേക്ക് അതിന് ഓടിപ്പോകണമെന്നുണ്ടായിരുന്നു.
പ്രിയപ്പെട്ട ലെബനോൺ സുന്ദരി, സുഗന്ധദ്രവ്യങ്ങ
ളാൽ തളിർത്ത നിന്റെ തേനറകൾക്കപ്പുറത്ത് ആ
കുതിര ഇപ്പോഴും നിന്നെ കാത്തുനില്ക്കുകയാണ്.

ജിബ്രാൻ

ജെ,

സ്വപ്നസദൃശമായ രാവ് ആരുടെ പാരിതോഷികമാണ്
നമ്മുടെ നേരെ വച്ചുനീട്ടുന്നത്. പൂർവാഹ്നത്തിലെ
പൊൻവെയിൽപോലെ നമ്മുടെ സ്വപ്നങ്ങൾ
ആനന്ദത്തിന്റെ തൂവൽക്കൊട്ടാരങ്ങളൊരുക്കിയിരിക്കുന്നു.
നിന്റെ ജ്ഞാനവചസ്സുകൾക്ക് ഭംഗി മാത്രമല്ല, സുഗന്ധം
കൂടിയുണ്ടെന്ന നീതിമാന്മാരുടെ പ്രവചനം എത്ര
മാധുര്യത്തോടെയാണ് സദസ്സ് കേട്ടിരുന്നത്. നിന്റെ
ധാന്യപ്പുരകളിൽനിന്നൊഴുകിവരുന്ന ജീവന്റെ ഗന്ധം
ഭൂമിയെയും ആകാശത്തെയും തരളിതമാക്കുന്നു. നിന്റെ
ഭാവനയുടെ വയലുകളിൽ നിറയെ രത്നസദൃശമായ
ഒരു വിരുന്ന് ഞാൻ കാണുന്നുണ്ട്. ആപ്പിൾ
മരച്ചുവട്ടിൽ വച്ചു നീയെന്നോട് മന്ത്രിച്ച
സുഗന്ധംപൊഴിയുന്ന കവിതകൾ ഞാനേതു വാദ്യോപക
രണത്തിനുള്ളിലാണ് ഒളിപ്പിച്ചുവയ്ക്കേണ്ടത്.
നോക്കൂ, ഉദ്യാനത്തിനപ്പുറം
ജലവിരലുകളിൽ പിടിച്ചുനീന്തുന്ന മേഘങ്ങളിലൊന്ന്
പാടുന്നതു നീ കേൾക്കുന്നില്ലേ? ‘എന്റെ പ്രിയനേ,
എന്റെ പ്രിയനേ’ എന്നുറക്കെ, പിന്നെപ്പിന്നെ പതിയെ
നീ പാടുന്നത് കേട്ടിട്ടാകണം എന്റെ മുന്തിരിത്തോട്ടം
നിറയെ തളിരണിഞ്ഞു നിന്റെ പ്രണയജ്വാലയിൽ എന്റെ
ചുംബനങ്ങൾ കൂടുതൽ രക്തവർണ്ണമാകട്ടെ.
ലെബനോണിലെ ദേവദാരുക്കൾ പ്രാണപ്രിയന്റെ
വിലാപംകേട്ട് ആനന്ദചിത്തരാകട്ടെ.
നീ വരുംവരെ ഞാനീ ലില്ലിപ്പൂക്കൾക്കിടയിൽ
കുന്തിരിക്കംപോലെ ഒഴുകിപ്പരക്കട്ടെ.

ജിബ്രാൻ

മേരി എലിസബത്ത്,

ഏകാന്തതയുടെ നിറം നീ കണ്ടെത്തിയതുപോലെ സ്വപ്നത്തിന്റെ നിറം എന്താണെന്നുകൂടി പറഞ്ഞുതരിക. വസന്തത്തിന്റെ പേലവനിറം ഞാനെന്റെ ഓർമ്മകൾക്ക് പുതപ്പിച്ചുകഴിഞ്ഞു. ഹേമന്തത്തിന്റെ നരച്ചനിറം ഞാൻ ഭയത്തിനാണു നല്കിയത്. ശിശിരവും ഗ്രീഷ്മവും എന്നെ വല്ലാതെ മുറിപ്പെടുത്തുന്നതിനാൽ എനിക്ക വരോടത്രയിഷ്ടമല്ല. എന്റെ തോണിയിലിപ്പോൾ സഞ്ചാരികൾ വളരെ കുറവാണ്. രാവുകളിൽ തോണി പുഴയിൽ മെല്ലെ ഒഴുകിനടക്കും. മന്ദഗാമിനിയായ അവൾ സുന്ദരിയാണന്ന് നിനക്കറിയാമല്ലോ. പുലർച്ചെ അവൾ കരഞ്ഞുകലങ്ങിയ മിഴികളുമായാകും എന്റെ അരികിലേക്കുവരിക. ദൈവം എന്നോട് യുദ്ധം പ്രഖ്യാപിച്ചിട്ട് ഋതുക്കളെത്ര കടന്നുപോയിരിക്കുന്നു. ദൈവത്തിന്റെ ഉദ്യാന ത്തിൽനിന്ന് ഞാനൊരിക്കലും പൂക്കൾ മോഷ്ടിച്ചിട്ടില്ല. ദൈവം സത്യസന്ധനും നീതിമാനുമാണെന്ന് നക്ഷത്രങ്ങൾ പറയുന്നു. സ്വപ്നത്തിന്റെ നിറം എനിക്കറിയണമെന്നുണ്ട്. നിന്റെ മറുപടിയെത്തുംവരെ ഞാൻ പ്രാർത്ഥിച്ചു കൊണ്ടേയിരിക്കും. ദൈവം എന്നോടിപ്പോൾ മിണ്ടാറില്ല.

ജിബ്രാൻ

ഹാരാ,

ശലഭങ്ങളോട് നീ പറഞ്ഞ നുണകൾക്ക് എന്തു ഭംഗിയായിരുന്നു. എത്ര വേഗത്തിലാണ് നുണകൾക്ക് ഭംഗിയുള്ള ചിറകുകൾ മുളച്ചത്.
അവ ചായപ്പെട്ടിയിൽ നിന്ന് കുളിച്ചുകയറും പോലെയാണ് എനിക്കനുഭവപ്പെട്ടത്.
അവ പെട്ടെന്ന് വളരാനും പറക്കാനും തുടങ്ങി.
ഒന്നൊന്നായി അവ ആകാശത്തിനു മുകളിൽ നൃത്തം തുടങ്ങി. ആദ്യം നൃത്തംവച്ച നുണശലഭത്തെ ഞാൻ ശരിക്കും ഓർമ്മിക്കുന്നുണ്ട്. ദൈവത്തിന്റേതു പോലെ വിടർന്ന മിഴകളായിരുന്നു ആ നുണശലഭത്തിന്.
അതിന്റെ ചിറകുകൾക്കു പീതനിറമായിരുന്നു.
നൃത്തംചെയ്യുമ്പോൾ അതിന്റെ കൺപീലികൾ സുന്ദരമായി ചലിക്കുകയും നൃത്തംകാണാൻ ക്ഷണിക്കുകയും ചെയ്തുകൊണ്ടിരുന്നു.
ഹാരാ, ശലഭങ്ങളോട് നീ പറഞ്ഞ നുണകൾകോർത്ത് ഞാനിതാ ഒരുദ്യാനമൊരുക്കിയിരിക്കുന്നു.
കേൾക്കൂ, അവർ നിനക്കായ് സ്വാഗതഗാനം പാടിത്തുടങ്ങിയിരിക്കുന്നു. നീ വരുംവരെ ഞാനീ തടാകതീരത്ത് നിന്റെ ചിത്രം വരച്ചിരിക്കട്ടെ.

ജിബ്രാൻ

ജോസഫൈൻ,

ലെബനോണിലെ പൂവുകൾക്ക് ഇത്ര ഭംഗി കൊടുത്തതാരാണ്? ദൈവത്തിന്റെ വിരലുകൾ അവയെ തീർച്ചയായും സ്പർശിച്ചിരിക്കണം. പർവതതാഴ്‌വാരത്തു വിരിഞ്ഞുനിന്ന ഒരു പൂവിനോട് ഞാനാ രഹസ്യം ചോദിച്ചു. ആ പൂവ് നിന്റെ ഭാഷയിലാണ് എന്നോടു സംസാരിച്ചത്. സംസാരിക്കുമ്പോൾ നിന്റെ മിഴികൾ മെല്ലെ അടയാറുണ്ടല്ലോ. അതുപോലെ ആ പൂവിന്റെ ദളങ്ങൾ മെല്ലെ അടയുന്നുണ്ടായിരുന്നു. ഉഷസ്സെത്തുംമുൻപ് ദൈവം എല്ലാ പൂക്കളെയും ചുംബിക്കാറുണ്ടെന്ന് ഞാനറിഞ്ഞു. എനിക്ക് ദൈവത്തെ കാണാൻ കൊതിയായിരിക്കുന്നു. നോക്കൂ, ഞാനിപ്പോഴും ഈ പർവതത്താഴ്‌വാരത്ത് ദൈവത്തെ കാത്തിരിക്കുകയാണ്. എനിക്കറിയാം നിന്നെ ചുംബിക്കുന്ന ദൈവം നീ അപേക്ഷിച്ചാൽ എന്നെയും ചുംബിക്കും. നമ്മുടെ പ്രണയത്തിന്റെ ഋതുകാന്തി നമുക്ക് ദൈവത്തിനു സമ്മാനിക്കാം.

ജിബ്രാൻ

പ്രിയപ്പെട്ട ജോസഫൈൻ,

നീർവറ്റിയ തടാകം പോലെയാണ് നാമിപ്പോൾ. ഒന്നും പറയുവാനാകാതെ, നരച്ച ആകാശത്തെ നോക്കി നാം വിയർത്തിരിക്കുന്നു. നിദ്രയിൽ നാം കണ്ട സ്വപ്നങ്ങളിൽ ഒന്നുപോലും ഇന്ന് വിരുന്നിനെത്തിയിരുന്നില്ലല്ലോ. പഴകിയ ഈ പൂപ്പാത്രങ്ങൾ പുഴയിലേക്കു വലിച്ചെറിഞ്ഞതാരാണ്? നമ്മുടെ പൂന്തോട്ടത്തെ കടുവകളെകൊണ്ടു വന്ന് നശിപ്പിച്ചതാരാണ്? നിനക്കു മാത്രമറിയാവുന്ന ആ രഹസ്യം - അതിനുള്ളിലേക്കു നോക്കുമ്പോഴെല്ലാം നാമെത്ര ഭീരുക്കളാണെന്ന് തോന്നിപ്പോകാറുണ്ട്. പ്രിയപ്പെട്ടവളേ, മിന്നൽപ്പിണരിന്റെ ക്ഷണപ്രഭയിൽ ഞാൻ നിന്റെ മുഖം കോരിയെടുത്തൊന്നു ചുംബിക്കട്ടെ. നമ്മുടെ തടാകം വീണ്ടും തളിർക്കുന്നത് ആരാണു സ്വപ്നംകണ്ടത്. സ്വപ്നംകണ്ടവരിൽ ഒരാൾ ദൈവമാണെന്ന് ഞാനുറക്കെ വിളിച്ചുപറയും. കാരണം ദൈവത്തിന്റെ ചുംബനമേറ്റു തുടുത്ത ഹൃദയങ്ങളാണല്ലോ നമ്മുടേത്.

ജിബ്രാൻ

എമിലീ,

അധരങ്ങളിലൂടൂർന്ന് ഹേമന്തത്തിന്റെ നഗ്നയാമം
കടന്നുവരുന്നു. വിരുന്നുശാലയിൽ നിന്ന്
പുറത്തേക്കൊഴുകുന്ന ആനന്ദഗീതം ഉന്മാദംപൂണ്ട
നമ്മുടെ നിമിഷങ്ങളെ ചൂടുപിടിപ്പിക്കുന്നു.
മഞ്ഞത്തൂവലുകളുള്ള ഒരു പെൺപക്ഷി
ഇണയെത്തേടി പറന്നുപോകുന്നു.
നക്ഷത്രാലംകൃതമായ ഒരു രാവ് ഈ പക്ഷിയെ
പ്രണയിക്കുമെന്നു ഞാൻ കരുതുന്നു.
പ്രണയിക്കും മുൻപ് പെൺപക്ഷിയുടെ
പേലവാധരങ്ങളിൽ ആ രാവ് അമർത്തി ചുംബിക്കില്ലേ?
ചുംബിക്കുമ്പോൾ അതെത്രമാത്രം ഊഷ്മളമായ
ഒരനുഭവമായിരിക്കും. നിന്റെ സ്വപ്നങ്ങൾക്കു
മീതെ ഞാനൊരു നടപ്പാത ഒരുക്കിവച്ചിരിക്കുന്നു.
ഇനിയെന്റെ സായാഹ്നയാത്രകൾ അതിലൂടെ
ആയിരിക്കും. നീ എത്ര ഭാഗ്യവതിയാണ്.
ദൈവത്തിന്റെ പൂക്കൂടകൾ നിനക്കു മാത്രമാണല്ലോ
പിറന്നാൾസമ്മാനമായി ലഭിച്ചത്.

ജിബ്രാൻ

പ്രിയപ്പെട്ട ഹാലാ,

ദൈവത്തിന്റെ ഛായാചിത്രങ്ങളാൽ സമർപ്പിതമായ നിന്റെ വെളുത്തകൂടാരം. അവിടെ ധ്യാനത്തിലിരിക്കുമ്പോൾ ആനന്ദത്തിന്റെ പൂർണ്ണത ഞാൻ ശരിക്കും അനുഭവിക്കാറുണ്ട്. ആകാശത്തിനു മീതെ സുശക്തമായൊരു താക്കീതുപോലെ നീതിമാന്റെ പ്രകാശം ഒഴുകിനടക്കുന്നുണ്ട്. ദൂതന്മാരുടെ നിഷ്കളങ്കതയ്ക്കു മുന്നിൽ ഒരു ഗാനവും പൂർണ്ണമല്ല. എന്റെ ജീവനെ അകളങ്കമായി സ്നേഹിക്കുന്നവരെയോർത്ത് ഞാനിപ്പോഴും ദൈവത്തിനോടു നന്ദിപറയാറുണ്ട്. ലെബനോണിലെ വിശുദ്ധനദിപോലെ നീ എന്നെ മാത്രം ഇത്ര ആഴത്തിൽ സ്നേഹിക്കുന്നതെന്തിനാണ്. എന്റെ പ്രഭാതബലി ദൈവത്തിനും നിനക്കുംവേണ്ടിയാണ് ഞാൻ ഒരുക്കിവച്ചിരിക്കുന്നത്. പ്രാർത്ഥിക്കുമ്പോൾ, പ്രശാന്തസുന്ദരമായൊരു സമുദ്രം കാരുണ്യാതിരേകത്തോടെ നമ്മുടെ ഹൃദയത്തിലേക്കു പ്രവേശിക്കും. ദൈവസ്നേഹത്താൽ നമുക്കു ചിറകുകൾ മുളയ്ക്കും. രാജാക്കന്മാർക്കൊപ്പമിരുന്ന് നാം വിരുന്നു കഴിക്കും. വരൂ, നമുക്ക് മഹത്ത്വമേറിയ പ്രാർത്ഥനകളാകാം.

ജിബ്രാൻ

പ്രിയപ്പെട്ട ജോസഫൈൻ,

നിഗൂഢമായി പുഞ്ചിരിക്കുന്ന ഈ നിലാവ് ആരുടെ ഭംഗിയെയാണ് ഓർമ്മിപ്പിക്കുന്നത്.
പുളകിത ഗാത്രത്തോടെ മാത്രമേ എനിക്കീ നിലാവിനെ ചുംബിക്കാനാകൂ. മധുചഷകം നിറഞ്ഞ രാവിനുമുന്നിൽ എത്ര ആനന്ദത്തോടെയാണ് ഈ നിലാവ് നഗ്നയായി നൃത്തംചെയ്യുന്നത്. അവളുടെ മധുരാധരങ്ങൾ നുകരാൻ കഴിഞ്ഞെങ്കിൽ - നോക്കൂ, അങ്ങനെയെങ്കിൽ ഞാനായിരിക്കും ഈ ഭൂമിയിലെ ഏറ്റവും ഭാഗ്യവാനായ കാമുകൻ. നിലാവിന്റെ തളിർവിരലുകൾ ഇതാ നൃത്തത്തിനായി എന്നെ ക്ഷണിക്കുന്നു. എന്റെ ശരീരം വല്ലാതെ ചൂടുപിടിച്ചിരിക്കുന്നു. എന്റെ ചുണ്ടുകൾ വല്ലാതെ വരണ്ടുണങ്ങിയിരിക്കുന്നു. എന്നിലെ കാമുകൻ ചക്രവാളത്തിലേക്ക് കുതിരയോടിച്ചു പോയിരിക്കുന്നു. ഞാൻ - നിലാവിന്റെ, ഭൂമിയിലെ ഏക കാമുകനാണ്. എന്റെ നദിയിൽ ഒഴുക്കു നിറഞ്ഞിരിക്കുന്നു.

ജിബ്രാൻ

പ്രിയപ്പെട്ടവളേ,

സ്വർഗ്ഗത്തിൽ നിന്നൊഴുകിവരുന്ന അമൃതഗാനം കേട്ട് നീ ഇപ്പോഴും നൃത്തം ചെയ്യുന്നുവല്ലോ. ആ ഗാനമാധുരിക്കൊപ്പം നീലക്കല്ലുകൾ പതിപ്പിച്ച എന്റെ മോഹങ്ങൾ മേഘരാഗങ്ങളെപ്പോലെ ഒഴുകിത്തുടങ്ങുകയായി. കടുംനിറംകൊണ്ട് തുന്നിയ വേനലിന്റെ പുതപ്പ് ഭൂമിക്കുമുകളിൽനിന്ന് അപ്രത്യക്ഷമാകുന്നതോടെ നമുക്ക് പ്രിയപ്പെട്ടതെല്ലാം സ്വന്തമാക്കാനാകും. രാവോളം നീ കൊരുത്തൊരുക്കിയ സ്വപ്നമാല്യങ്ങൾ ഞാനിതാ നക്ഷത്രകന്യകൾ കാൺകെ കഴുത്തിലണിയുന്നു. പകലോളം നീ താലോലിച്ച ലില്ലിപ്പൂക്കളിതാ എന്റെ ഹൃദയത്തിലേക്കു ചേർന്നിരുന്ന് സുഗന്ധം പൊഴിക്കുന്നു. നിന്റെ ഭാസുരമായ നൃത്തം കണ്ടിട്ടാകണം വേനലിന്റെ വരണ്ടചില്ലകളിൽ ഇതാ മുളപൊട്ടുന്നു. അതിൽ ആദ്യത്തെ പൂവിരിയുംവരെ ഞാനിവിടെയുണ്ടാകും. ലെബനോണിലേക്കു മടങ്ങുംമുൻപ് നിന്റെ പുഷ്പാധരങ്ങളിൽ ചുംബിക്കണമെന്നും നിന്നിലൊഴുകിനടക്കണമെന്നും മനസ്സ് എന്നോടു മന്ത്രിക്കുന്നത് നീ കേൾക്കുന്നില്ലേ?

ജിബ്രാൻ

പ്രിയപ്പെട്ട ബാരീ,

പ്രിയങ്കരമായ സംഗീതംപോലെ, അനശ്വരതയിലേക്ക് ഒഴുകിനിറയുന്ന സുഗന്ധക്കൂട്ടുപോലെ നിന്റെ പ്രണയം എന്നെ കൂടുതൽ അഹങ്കാരിയാക്കുന്നു. ഞാനിപ്പോൾ നിന്റെ ഹൃദയത്തിനുമുന്നിലിരുന്ന് പ്രാർത്ഥിക്കാറില്ല. മുന്തിരി പുഷ്പിക്കുംപോലെ നിമിഷങ്ങളെണ്ണി നിന്നെ ഓർത്തിരിക്കാറില്ല. ഞാനെത്ര അഹങ്കാരിയായിരിക്കുന്നു. എന്റെ ദയാഹൃദയം എവിടെയാണു നഷ്ടപ്പെട്ടതെന്നോർത്ത് ഞാനീ രാവ് മുഴുവൻ വിലപിക്കുകയായിരുന്നു. ഭൂമിയോളം പഴക്കമുള്ള ആ ജ്ഞാനഹൃദയം ഇപ്പോഴും എന്നിൽ നിന്നകന്ന് തുളഞ്ഞു കയറിയ ശരംപോലെ വേദനിച്ചു കൊണ്ടിരിക്കുകയാകാം. അകാരണമായൊരു പ്രണയശാപം എന്റെ സ്വരങ്ങളെ ഇപ്പോഴും വേദനിപ്പിക്കാറുണ്ട്. ഭൂമിയോളം ആഴത്തിൽ ആകാശത്തോളം ഉയരത്തിൽ ഒഴുകിനടക്കുന്ന പ്രണയം - അതെന്റെ മുയൽഭംഗിയുള്ള ഓർമ്മകൾക്കുമുകളിൽ നൃത്തംചെയ്യുന്നുണ്ട്. ഭൂമിയുടെ സമൃദ്ധിയിൽ എന്റെ വിനീത ഹൃദയത്തിന് നീതിലഭിക്കണമേ എന്നാണെന്റെ പ്രാർത്ഥന. നിന്റെ പ്രണയവർഷത്തിനുനടുവിൽ ഞാനൊരു പൈൻമരമായെങ്കിലെന്ന് ഞാനതിയായി ആഗ്രഹിച്ചുപോകുന്നു. പ്രിയപ്പെട്ടവളേ, മൃദുലോഷ്മളമായ നിന്റെ നാവിനാൽ എന്റെ പ്രാണനെ ചുംബിച്ചുണർത്തുക.

ജിബ്രാൻ

ഹാലാ,

വേനൽക്കാലത്തെ പക്ഷികൾക്ക് നിന്റെ ഭംഗിയാണ്. അവ ഒറ്റയ്ക്കൊറ്റയ്ക്ക്, വിയർത്തുമെലിഞ്ഞുപോയ വൃക്ഷക്കൊമ്പുകളിലിരുന്ന് മഞ്ഞുകാലത്തെക്കുറിച്ചു പാടുന്നു. ഇണകളെ അവർ വിരുന്നിനു ക്ഷണിക്കാറേയില്ല. സ്വപ്നങ്ങളിൽപോലും പ്രവേശനം കിട്ടാതെ വരുമ്പോൾ അവ വല്ലാതെ സങ്കടപ്പെടും. മേഘങ്ങളോടും ശലഭങ്ങളോടും അവർ പരിഭവം പറയും. പറയുമ്പോൾ അവരുടെ കവിളുകൾ വല്ലാതെ തുടുക്കും. ആ തുടുപ്പ് കണ്ടിട്ടാകണം അസ്തമയകാന്തിയാണതെന്ന് ഞാനറിയാതെ വിളിച്ചുപറഞ്ഞത്. പർവതതാഴ്വാരത്ത് പേരുകൊത്തിവച്ച ഓക്കുമരങ്ങൾ ഇന്നേറെ ക്ഷീണിച്ചിട്ടുണ്ടാകും. അവയ്ക്കുചുറ്റും ഉദ്യാനമൊരുക്കിയ നമ്മുടെ പകൽ ഓർമ്മയിലിപ്പോഴും പൂചൂടിനില്പുണ്ട്. കന്മദഗന്ധമിയന്ന നിന്റെ നനുത്തവാക്കുകൾ ഞാൻ ഒരിക്കൽകൂടി ചുണ്ടോടുചേർക്കട്ടെ. വറ്റിപ്പോയ ഒരു നദിയുടെ മനസ്സിലിപ്പോഴും ഒരു നദിയുടെ തണുപ്പുണ്ട്. നിന്റെ കവിത ആ തണുപ്പ് തേടിക്കൊണ്ടേയിരിക്കുന്നു. ഞാൻ പറയട്ടെ, നീ സങ്കടപ്പെടുമ്പോൾ മാത്രമാണ് ദുഃഖത്തിനിത്രയും ആഴമുണ്ടെന്ന് ഞാൻ തിരിച്ചറിയുന്നത്.

ജിബ്രാൻ

എമിലീ,

നഗ്നയാമിനികളെക്കുറിച്ച് നീ പാടിയ ഗാനങ്ങൾ ഇന്നാരോ ഏറ്റുപാടുന്നു. ലില്ലിപ്പൂക്കൾ കൊണ്ടലങ്കരിച്ച ഉദ്യാനത്തിലിരുന്ന് ഞാനെത്രയോ തവണ കേട്ട ഗാനങ്ങളാണത്. ഋതുമതിയായ നിലാവിന്റെ അരികുചേർന്ന് നീ പുഴയിലൂടെ ഒഴുകിവന്ന രാവ് ഇപ്പോഴുമെന്റെ ഓർമ്മയിലുണ്ട്. ഋതുഗന്ധം പൊഴിയുന്ന നിന്റെ ശ്വാസത്തിനുവേണ്ടി ഞാനെത്ര രാവുകളിൽ ദാഹിച്ചിരുന്നിട്ടുണ്ട്. ഇതാ, ഒന്നും നഷ്ടപ്പെട്ടിട്ടില്ല എന്നു വിളിച്ചുപറഞ്ഞുകൊണ്ട് നീ ഒരിക്കൽകൂടി ഒഴുകി വരുന്നു. കൃമികളാൽ മൂടപ്പെട്ട എന്റെ കേൾവിയിലേക്കു നീ ഗാനാമൃതം പൊഴിക്കുന്നു. കരിമ്പുപാടംപോലെ നരച്ച എന്റെ സ്വപ്നങ്ങളിലേക്ക് നീ നഗ്നയായി പെയ്തിറങ്ങുന്നു. ഒന്നുമാത്രം നിന്നോടു മന്ത്രിക്കട്ടെ - ഭൂമിയിലെ ഒരേയൊരു ഭാഗ്യവാൻ ഞാനാണ്. എന്റെ ഭഗ്നസ്വപ്നങ്ങളെ നീ ചുംബിച്ചുണർത്തുമ്പോഴും എന്റെ ലഹരിയിലേക്ക് നീ കൂടുതൽ വീഞ്ഞുപകരുമ്പോഴും പ്രിയപ്പെട്ടവളേ, ഞാൻ നിന്റെ മാത്രമല്ലേ?

ജിബ്രാൻ

പ്രിയപ്പെട്ട ഹാരാ,

സ്വരസുഗന്ധം പേറുന്ന ജപമണികൾ പോലെ നമ്മുടെ നിമിഷങ്ങൾ മെല്ലെയൊഴുകിപ്പോകുന്നു. ലളിതസുഭഗമായ ഈ തടാകം പ്രണയത്തിന്റെ ഒരു തോണി ഒഴുകിവരണമേയെന്ന് പ്രാർത്ഥിക്കും പോലെ. നോക്കൂ, പർവത ശൃംഗങ്ങൾക്കപ്പുറം, മേഘക്കൂടുകളിലൊന്നിലിരുന്ന് ഭൂമിയെ നോക്കി മന്ദഹസിക്കുന്ന നക്ഷത്രസുന്ദരികൾ എത്ര മധുരമായാണ് പാടുന്നത്. ഓരോഗാനവും അവരുടെ ചുണ്ടുകളിലൂടൂർന്ന് ഭൂമിയിലേക്കു വസന്തംകൊണ്ടുവരുന്നു. നാം നട്ടു നനച്ച മുന്തിരി ത്തോട്ടം ഇതാ ആ ഗാനങ്ങൾ ഏറ്റുപാടുംപോലെ. ഊഷ്മളമായ ഈ പകലിനുപോലും അതൊന്നു മൂളണമെന്നുണ്ട്. നോക്കൂ, നിന്റെ മൗനം മുന്തിരിവീ ഞ്ഞിൽ കിളിർത്ത മനോഹരഗാനമാണെന്ന് ഞാനി പ്പോൾ തിരിച്ചറിയുന്നു. ഹിമക്കരടികൾ ഉദ്യാനത്തി ലെത്തും മുൻപ്, തളിർത്ത വിരലുകളാൽ നീയൊരുക്കി യെടുത്ത പുൽക്കൂടുകൾ ഏതു പൂമരക്കൊമ്പിലാണ് ഞാനൊളിപ്പിച്ചുവയ്ക്കേണ്ടത്? പ്രിയപ്പെട്ടവളേ, ആകാശത്തിനും ഭൂമിയ്ക്കുമിടയിൽ ഒഴുകിനടക്കുന്ന പ്രണയമേഘങ്ങൾ ഇതാ അതേറ്റുവാങ്ങാൻ തയ്യാറായി നില്ക്കുന്നു. നിന്റെ (എന്റെയും) പ്രണയോപഹാരം ഞാനവർക്കുനല്കി നിന്നെ അമർത്തി ചുംബിക്കട്ടെ.

ജിബ്രാൻ

പ്രിയപ്പെട്ടവളേ,

കിളിക്കൂടുകൾ പോലെ ചകിതചാരുതയാർന്ന ഭവനങ്ങൾ. മുന്തിരിത്തോട്ടങ്ങളിലേക്ക് നീ കയറിപ്പോയ ഒറ്റയൊറ്റ ഇണക്കല്ലുകൾ. തെന്നലിന്റെ മുഗ്ദ്ധപരാഗങ്ങൾ ഒഴുകിയെത്തുന്ന സായാഹ്നങ്ങൾ, ഓർമ്മകളുടെ ഗന്ധമുണർത്തുന്ന മാതളമരങ്ങൾ - ഇവിടെ, എവിടെയിരുന്നാണ് നീ എനിക്കെഴുതുന്നത്. എഴുതുമ്പോൾ നിന്റെ വിരലുകളിലൂടെ ഒരു മുന്തിരിവള്ളി പടർന്നുകയറുന്നതും നിന്റെ നാവിൽ കൊഴുത്ത വീഞ്ഞുനിറയുന്നതും നിന്റെ മുലഞെട്ടുകൾ മെല്ലെ തുടുക്കുന്നതും നിന്റെ നാഭി ദാഹംകൊണ്ടു തുടിക്കുന്നതും ഓമനേ, ഞാനറിയുന്നുണ്ട്. താഴ്വാരത്തിലേക്കു നഗ്നയായി നീ ഒഴുകിവരിക. എന്റെ തോണി നിന്നെയിതാ കാത്തിരിക്കുന്നു.

ജിബ്രാൻ

പ്രിയപ്പെട്ട എമിലീ,

ലെബനോണിലെ മേഘങ്ങൾ - ഞാനവരോട് എത്രനാളായി പിണക്കത്തിലാണ്. ദേവദാരുക്കളും സരളവൃക്ഷങ്ങളും നിറഞ്ഞ പർവതതാഴ്‌വാരങ്ങളിലൂടെ ഒഴുകിപ്പോകുന്ന മേഘങ്ങൾ - ഞാനവരോട് എത്ര നാളായി പ്രണയത്തിലാണ്. പ്രേമപരവശകളായ കന്യകമാർ എന്റെ ഹൃദയം കവർന്നെടുത്തിരിക്കുന്നു. ലെബനോണിലൂടൊഴുകുന്ന സുഗന്ധനദി എന്റെ ഹൃദയത്തിലേക്കു പ്രാർത്ഥനകളുടെ ഒരു പുസ്തകം ഒഴുക്കിവിടുന്നു. അത്യഗാധതയിലേക്കു കുതിക്കുന്ന ഈ നദിക്ക് ഞാനെന്താണു മടക്കിക്കൊടുക്കുക. പ്രളയത്തിനുശേഷം ഭൂമിയിൽ വിരിഞ്ഞുനില്ക്കുന്ന ഒരു പൂവ് - അതെന്നെ കൂടുതൽ വിനയാന്വിതനാക്കുന്നുവെങ്കിലും ധൂമ്രവർണ്ണം കലർന്ന അതിന്റെ പേലവദളങ്ങൾ ഞാനാ നദിക്കുസമർപ്പിക്കുക തന്നെ ചെയ്യും. രാജാക്കന്മാരുടെ കല്പനകൾക്കു നടുവിൽ, സമുദ്രത്തിനുള്ളിലെ പെരുമീനുകൾക്കു നടുവിൽ എന്റെ പ്രണയം ദേവാലയത്തിന്റെ ചുമരുകൾ പോലെ മഹത്ത്വങ്ങളായി പരിണമിക്കും. പ്രിയപ്പെട്ടവളേ, രത്നാക്ഷരങ്ങൾ കൊണ്ടൊരുക്കിയ ലെബനോണിലെ ഉദ്യാനവർണ്ണനകൾ നിനക്കിനിയും ഞാൻ കാട്ടിത്തരാം. യൗവനത്തിൽ നാം ധാരാളം വേരുകളുള്ള ദേവദാരുക്കളായിരുന്നുവെന്ന് ദൈവം തിരിച്ചറിയട്ടെ.

ജിബ്രാൻ

ഗ്രീൻ ബുക്സ്

കിഴക്കുനിന്നുള്ള ക്ലാസ്സിക്കുകൾ

പ്രവാചകൻ

ഖലീൽ ജിബ്രാൻ

വിവർത്തനം: ആർ.രാമൻനായർ

പുസ്തകങ്ങളിലെ ഉജ്ജ്വലനക്ഷത്രമാണ് പ്രവാചകൻ. അനിതര സാധാരണമായ ശിൽപഭംഗിയും ഭാവഗാംഭീര്യവുമാണ് ഈ പുസ്തകത്തിന്റെ മുഖമുദ്ര. സ്നേഹമാണ് പരമമായ ചൈതന്യത്തിലെത്തിക്കുക എന്ന് പ്രവാചകൻ ഉദ്ഘോഷിക്കുന്നു. ലോകത്തിലെ എല്ലാ ഭാഷകളിലും തർജ്ജമ ചെയ്യപ്പെട്ട പ്രവാചകൻ ടാഗോറിന്റെ ഗീതാഞ്ജലിക്കു ശേഷം കിഴക്കിന്റെ വലിയ സംഭാവനയായി കരുതപ്പെടുന്നു. ഈ കൃതിയുടെ ആത്മചൈതന്യം പരമാവധി ഉൾക്കൊണ്ട് മലയാളത്തിൽ ഇറങ്ങിയ സവിശേഷമായ പരിഭാഷയാണിത്.

റുബായിയ്യാത്ത്

ഒമർ ഖയ്യാം

പരിഭാഷ: കെ. ജയകുമാർ

ഒമർ ഖയ്യാമിന്റെ ലോകപ്രശസ്തമായ ക്ലാസിക്കിനെ വീണ്ടെടുക്കുകയെന്ന നിയോഗമാണ് റുബായിയ്യാത്തിന്റെ ഈ നവീനഭാഷാന്തരത്തിലൂടെ ശ്രീ. കെ. ജയകുമാർ ഏറ്റെടുത്തിരിക്കുന്നത്. സോളമന്റെ ഗീതങ്ങളും റൂമിയുടെ ആദ്ധ്യാത്മിക മനനങ്ങളും ഖലീൽ ജിബ്രാന്റെ ദാർശനികാഖ്യാനങ്ങളും മലയാളത്തിലവതരിപ്പിച്ച് നേടിയെടുത്ത സവിശേഷമായ ഭാഷാ നൈപുണി ഇവിടെ വീണ്ടും സാർത്ഥകമായി വിനിയോഗിക്കപ്പെടുന്നു. ഖയ്യാമിന്റെ ഇന്ദ്രിയ സൗഖ്യ പാരായണതയേക്കാൾ ആത്മീയമായ മാനങ്ങളിൽ ഊന്നുന്ന ഈ സമകാലീനപരിഭാഷ നമ്മെ ഒരിക്കൽക്കൂടി പൗരസ്ത്യസത്തയ്ക്ക് അഭിമുഖം നിർത്തുന്നു.

കെ. സച്ചിദാനന്ദൻ